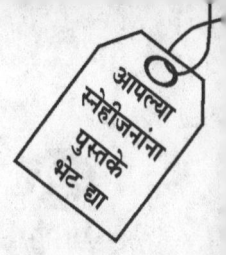
आपल्या
स्नेहीजनांना
पुस्तके
भेट द्या

रंगरेषा

शान्ता ज. शेळके

AA000763

मेहता पब्लिशिंग हाऊस

All rights reserved along with e-books & layout. No part of this publication may be reproduced, stored in a retrieval system or transmitted, in any form or by any means, without the prior written consent of the Publisher and the licence holder. Please contact us at **Mehta Publishing House,** Pune 411030.

© +91 020-24476924 / 24460313

Email : production@mehtapublishinghouse.com

Website : www.mehtapublishinghouse.com

◆ *या पुस्तकातील लेखकाची मते, घटना, वर्णने ही त्या लेखकाची असून त्याच्याशी प्रकाशक सहमत असतीलच असे नाही.*

RANGRESHA by SHANTA J. SHELAKE

रंगरेषा : शान्ता ज. शेळके / ललित गद्य

Email : author@mehtapublishinghouse.com

© सुरक्षित

प्रकाशक : सुनील अनिल मेहता, मेहता पब्लिशिंग हाऊस,
१९४१, सदाशिव पेठ, माडीवाले कॉलनी, पुणे – ४११०३०.

मुखपृष्ठ : चंद्रमोहन कुलकर्णी

प्रकाशनकाल : फेब्रुवारी, १९९९ / ऑक्टोबर, २००१ / सप्टेंबर, २०१४ /
पुनर्मुद्रण : सप्टेंबर, २०१९

P Book ISBN 9788177662528
E Book ISBN 9788171618590
E Books available on : play.google.com/store/books
www.amazon.in

प्रिय चि. सुनीता लोहोकरे,
        तुझ्या आग्रहामुळेच 'केसरी' तल्या
'रंगरेषा' लिहून झाल्या. त्यांचे
हे संकलन तुला सप्रेम....
                        — शान्ताबाई

प्रास्ताविक

एक वर्षापूर्वी 'केसरी' मधून 'रंगरेषा' नावाचे सदर मी चालवत होते. वृत्तपत्रांतून सदरलेखन करणे मला नेहमीच आवडत आले आहे. दैनंदिन जीवनातील अनेक लहानमोठ्या घटना, वेगवेगळ्या वृत्तिप्रवृत्तींच्या माणसांशी या ना त्या कारणाने होणाऱ्या भेटी आणि संवाद, निसर्गाच्या अनेक भाववृत्ती, नित्याच्या वाचनातून मनावर होणारे विविध संस्कार- या साऱ्यांमधून मला सदरलेखनासाठी विषय सुचतात. बरेचसे काही, जे इतर कोणत्याच साहित्यरूपाने प्रकट होऊ शकत नाही, ते व्यक्त करण्यासाठी सदरलेखनासारखे अन्य माध्यम नाही, असा माझा अनुभव आहे.

'केसरी'चे संपादक श्री. अरविन्द गोखले आणि त्यांची उत्साही सहकारी चि. सुनीता लोहोकरे या उभयतांनी 'रंगरेषा' सदरातले लेख मजकडून लिहवून घेतले. सदर चालू असता अनेक वाचकांनीही त्यातील लेखांसंबंधीच्या आपल्या प्रतिक्रिया वेळोवेळी मला कळवल्या. हे सारे माझा हुरूप वाढवणारे होते. आजारामुळे हे सदर मला पुढे बंद करावे लागले. आज 'रंगरेषा' सदरातून प्रसिद्ध झालेले निवडक लेख या पुस्तकामध्ये एकत्रित स्वरूपात प्रसिद्ध होत आहेत.

'मेहता पब्लिशिंग हाऊस' च्या मेहता पितापुत्रांनी नेहमीच्याच आस्थेने व स्नेहभावाने 'रंगरेषा' प्रकाशित केले आहे. त्यांची मी ऋणी आहे.

माझ्या या ललितलेखांचे स्वागत वाचक मन:पूर्वकतेने करतील अशी मी आशा बाळगते.

१ जानेवारी, १९९९   **शान्ता ज. शेळके**

अनुक्रमणिका

घटातील पोकळी

परवा मला एक सुंदर ग्रीटिंग कार्ड आले. त्यात नववर्षाच्या शुभेच्छा होत्या. पण माझे मन विशेष वेधून घेतले ते कार्डावरच्या चित्राने. चित्र तसे साधेच होते. ओल्या मातीचा गोळा चाकावर घालून कुंभार त्याला मडक्याचा आकार देत आहे असे दृश्य चित्रात रंगवलेले होते. चित्र मला आवडलेच, पण चित्रापेक्षाही कार्डाच्या आतल्या बाजूला त्यासंबंधी जो मजकूर छापलेला होता तो अधिक अर्थपूर्ण वाटला. मजकूर इंग्रजीत होता. त्याचा आशय साधारणत: असा होता,

'मातीच्या गोळ्यापासून मडके तयार होते. पण मडक्याचा खरा अर्थ म्हणजे त्याच्या आतली पोकळी. मडक्याचा खापराचा देह ही झाली त्याची व्यावहारिक उपयुक्तता. पण आतली पोकळी हा त्याचा आत्मा आहे. तो त्याचा जीवनाशय आहे!'

मजकूर वाचता वाचता माझ्या मनात एक वेगळीच आठवण जागी झाली. माझा एक आर्किटेक्ट मित्र आहे, तरुण वयातच त्याने खूप नाव मिळवले आहे. आपल्या कामाबद्दल अखिल भारतीय पातळीवरून राष्ट्रपतींनी त्याचा गौरव केला आहे. तो आपल्या शास्त्रात निष्णात आहे तशी त्याला उत्तम रसिकता आणि वाङ्मयीन जाणही आहे. एकदा तो वास्तुकलेसंबंधी माझ्याशी बोलत होता, आता घरबांधणीचे शास्त्र हा विषय तसा माझ्या आवाक्यातला नाही. त्याचे मला फारसे आकर्षणही नाही. तरीही मित्र जे सांगत होता ते मला कुतूहलजनक वाटले. तो मला म्हणाला, 'आम्ही घरं बांधतो. इमारती बांधतो, घराला आकार देणाऱ्या भोवतालच्या

भिंती, दरवाजे, वरचे छप्पर हे तर सारे महत्त्वाचे असतेच; पण तितकीच महत्त्वाची असते ती आतली पोकळी, अधिक नेमका शब्द वापरायचा झाला तर अवकाश. आम्ही जेव्हा घर, इमारत बांधतो तेव्हा त्यातला अवकाश बंदिस्त, सीमित करून त्याला एक अर्थ देत असतो. लेखक लिहिताना निवेदनातल्या काही जागा तशाच मोकळ्या सोडतो ना? लेखनातल्या या मोकळ्या जागांना जे महत्त्व असते तेच घटातल्या या अवकाशालाही!'

मित्र जे सांगत होता ते ऐकताना आपल्या अध्यात्मातले काही संदर्भ माझ्या मनात उलगडू लागले. वस्तुत: अध्यात्म हाही मला पूर्णत: अनाकलनीय असलेला विषय. भगवद्गीतेमध्ये आत्म्याचे अमरत्व सांगताना श्रीकृष्णांनी देह भंगुर आहे पण आत्म्याचे अविनाशित्व नष्ट होत नाही असे म्हटले आहे, आता ते श्लोकही आठवू लागले. 'घटाकाश', 'मठाकाश' या ज्ञानदेवांनी वापरलेल्या संज्ञांचे स्मरण झाले. घटामध्ये घटाच्या आकाराची पोकळी असते. मठामध्ये मठाच्या आकाराची पोकळी असते. या दोन्ही पोकळ्या किंवा रित्या जागा बाहेर सर्वभर पसरलेल्या अनंत अवकाशाचाच छेद असतात. महत्त्व घटाला किंवा मठाला नसते. ते त्यात सामावलेल्या आकाशाला असते. घटाचा किंवा मठाचा बाह्याकार भंगून गेला तर आत कोंडलेले आकाश बाहेरच्या आकाशात मिसळून त्याच्याशी एकरूप होऊन जाते. पाण्यात बुडलेला आणि पाण्याने काठोकाठ भरलेला घडा फुटला तर आतलेबाहेरचे पाणीही एक होते, खऱ्या अर्थाने आकाश व पाणी नाहीसे झालेलेच नसते. ते काही काळापुरते मुळापासून अलग झालेले असते इतकेच.

या विचारापाठोपाठ आणखीही काही विचार मनात आले. पोकळी म्हणजेच शून्य. आणि या 'शून्य' संज्ञेलाही आपल्या अध्यात्मात विशिष्ट अर्थ, महत्त्व आहे. शून्य आणि पूर्ण दोहोंचा अर्थ एकच मानला जातो. पूर्णातून पूर्ण वजा केले तरी पूर्णच राहते अशा अर्थाचा एक श्लोक आहे. तो साऱ्यांना माहीत असेल. 'पूर्णस्य पूर्णमादाय पूर्णमेवावशिष्यते' शून्यातून शून्य वजा केले, शून्याने शून्याला गुणले, भागले तरी उत्तर शून्यच येते. गणितशास्त्र हे आपल्याला सांगते. पण अध्यात्मशास्त्रही तेच आपल्या मनावर ठसवते. मग जीवनमरण, लाभहानी, यशअपयश साऱ्यांचा अर्थच बदलून जातो.

एका ग्रीटिंग कार्डावरील चित्राच्या, मजकुराच्या निमित्ताने इतके भिन्न भिन्न संदर्भ मनात जागे व्हावेत हे आश्चर्य तर खरेच, पण तसे ते झाले खरे. या शून्यावरून आणखी जुनी गोष्ट आठवली. मागे अनंत काणेकर यांनी 'लहान शून्य आणि मोठे शून्य' अशा शीर्षकाचा एक सुंदर लघुनिबंध लिहिला होता. त्यात त्यांनी म्हटले होते, 'माझ्या लहानपणी शंभरातून शंभर वजा केले तरी शून्य आणि लाखातून लाख गेले तरीही शून्यच हा हिशेब मला कळत नसे. मला वाटे, पहिल्या शून्यापेक्षा दुसरे

शून्य खूपच मोठे असले पाहिजे.' काणेकरांचे हे तर्कशास्त्र त्यांच्या बालवयाला साजेसे भाबडे असले तरी एका फार गहन अर्थाने ते खरेही आहे. पूर्णातून पूर्ण गेले तरी अंती पूर्णच शिल्लक उरते या आध्यात्मिक विचाराशी ते किती जवळीक साधते!

या शून्याचीही एक गंमतच आहे. म्हटले तर ते अगदी लहान असते. आणि म्हटले तर ते साऱ्या विश्वाला गवसणी घालण्याइतके विराटही होते. ज्याला आपण ईश्वरी चैतन्य म्हणतो ते प्राणिमात्राच्या ठायी सामावलेले असते त्याबरोबर ते अखिल ब्रह्मांडालाही व्यापून राहू शकते. आपल्यासारख्या सामान्य माणसांना हा विचार समजून घेणे अवघड जाते. पण ज्ञानदेवांसारखा थोर आध्यात्मिक अधिकारी पुरुष जेव्हा 'हे विश्वचि माझे घर' असे म्हणतो तेव्हा 'घरा' चा हाच विशिष्ट अर्थ त्याला अभिप्रेत असतो. आपली प्राणिमात्राबद्दलची स्नेहभावना, कनवाळूपणा विश्वव्यापक होणे म्हणजेच 'हे विश्व' आपले 'घर' होणे. प्रारंभी एकाच व्यक्तीच्या ठायी केंद्रित असणारे प्रेम साऱ्या विश्वापर्यंत पसरत जाणे याचेच नाव अध्यात्म. हीच कल्पना जिगर मुरादाबादी या उर्दू शायराने आपल्या एका शेरात फार सुंदर रीतीने मांडली आहे. ते म्हणतात-

इस लफ्जे मुहब्बतका
इतनाहि फसाना है
सिमटे तो दिले - आशिक
फैले तो जमाना हैं ।

या शेराचा अर्थ असा : प्रेमाच्या एका शब्दाची इतकीच कहाणी असते. ते संकुचित झाले तर प्रिय व्यक्तीच्या हृदयात सामावून राहते. आणि त्याचा विस्तार झाला तर ते साऱ्या विश्वाला व्यापून टाकते. ते प्रेम म्हणजेही आपल्या अध्यात्माने सुचवलेले घटातली पोकळी आणि बाहेरचे अंतराळ यांचे अभिन्नत्वच!

इथे एका गोष्टीचा उल्लेख करायला हवा. आत्मा आणि परमात्मा यांची अंती होणारी एकरूपता अध्यात्म आपल्याला समजावून देते. 'आब्रह्मस्तंबपर्यंत' म्हणजे परब्रह्मापासून तो साध्या गवताच्या झुबक्यापर्यंत साऱ्या विश्वात एकच ईश्वरी चैतन्य भरून राहिले आहे असे थोर आध्यात्मिक अधिकारी पुरुष आपल्याला सांगातात.

ज्ञानदेवासारख्यांना गवताच्या पात्यात, प्राणिमात्रात या चैतन्याचा साक्षात्कार होतो आणि त्यांच्या स्नेहाची कक्षा सर्व विश्वाला आपल्या कवेत घेते. विज्ञानही आपल्या भाषेत वैश्विक एकतेची हीच जाणीव आपल्याला करून देते. एकच चेतना, एकच ऊर्जा विश्वाला व्यापून राहिली आहे हे शास्त्राच्या द्वारा विज्ञान आज सिद्ध करू शकते. तिसरा मार्ग आहे तो प्रतिभाशाली कलावंतांचा. हे कलावंत आपल्या प्रतिभेच्या बळावर स्वतःचे संकुचित व्यक्तिमत्त्व ओलांडून विश्वाशी सहज एकरूपता

साधू शकतात. केशवसुत म्हणतात-

> पूजितसे मी कवणाला
> तर मी पूजी अपुल्याला
> अपुल्यामध्ये विश्व पाहुनी
> पूजितसे मी विश्वाला

गोविंदाग्रज जेव्हा 'शून्यात परार्धे भरली' असे म्हणतात तेव्हा त्यांनाही केशवसुतांच्या कवितेतला विश्वप्रेमाचा हाच अर्थ कदाचित अभिप्रेत असावा.

अध्यात्मवादी, शास्त्रज्ञ, कलावंत हे आपापल्या भिन्न मार्गांनी पण शेवटी एकाच निष्कर्षाला जाऊन पोहोचतात. कुणाचा मार्ग तत्त्वज्ञानाचा, कुणाचा शास्त्राचा तर कुणाचा उत्कट प्रेमाचा. पण साऱ्या मार्गांचा अंतिम विराम एकाच ठायी असतो, प्रश्न आहे तो आपल्यासारख्या सर्वसामान्य माणसांचा. आपल्यापाशी आध्यात्मिक अधिकार नाही. वैज्ञानिक जाणीव नाही की प्रतिभावंताची प्रतिभाही नाही. या विश्वात प्रतिभाबलाने विचरण्याची कवींची किमया आपल्याला कुठून साध्य होणार? आपण आपली व्यावहारिक स्वार्थ जपणारी, ऐहिक वासनाविकारांनी ग्रस्त झालेली आणि आपल्या एकसुरी जीवनाच्या चाकोरीतून फिरणारी सामान्य माणसे. पण आपल्या- जवळही एक गोष्ट आहे. ती म्हणजे प्रेम करण्याची ताकद. कवीप्रमाणे प्रतिभेच्या बळावर नव्हे तर साध्या प्रापंचिक शहाणपणाने आपण एकमेकांवर प्रेम करतो. एकमेकांच्या गरजा जाणून घेतो. एकमेकांच्या साहाय्याला धावून जातो. या प्रेमाची सुरुवात स्वार्थी भावनेपासून होत असली तरी तिचा प्रवास निरपेक्ष प्रीतिभावनेपर्यंत होत जातो. तुकारामांनी म्हटल्याप्रमाणे 'ऐशी कळवळ्याची जाती! करी लाभावीण प्रीती' हा अनुभव आपल्यासारख्या क्षुद्र माणसांनाही आयुष्यात कधी ना कधी येतोच. प्रश्न असतो तो त्याच मार्गाने पुढे पुढे जाण्याचा. ज्याची जितकी कुवत असेल तितका तो स्वतःची प्रगती करून घेतो. आणि मला वाटते, हेच आपल्यासारख्यांना उमगणारे अध्यात्म. याहून वेगळे अध्यात्म आपल्याला कधी भेटणार नाही आणि आपल्याला त्याची आवश्यकताही नाही.

◆

पेशवेकालीन पुणे

इतिहासाचा आधार घेऊन किंवा विशिष्ट ऐतिहासिक व्यक्तिमत्त्वाला अगर घटनेला प्राधान्य देऊन त्या अनुषंगाने काही कादंबऱ्या लिहिल्या जातात. इतिहासाचे खोल किंवा सूक्ष्म विवेचन त्यामध्ये केलेले असतेच असे नाही किंवा एकूण मानवी जीवनाच्या गूढतेचा, संदिग्धतेचा त्यात वेध घेतलेला असतो असेही वाटत नाही. या कादंबऱ्यांचा मुख्य भर रंजनावर असतो. आणि ते कार्य मात्र त्या उत्तम रीतीने करतात. एकूण साहित्यविश्वात अशा कलाकृतींना फारसे महत्त्व कुणी देत नाही.

वाङ्मयाचे इतिहासकार त्यांची नोंदही घेत नाहीत. आणि तरीही आपल्या काही अंगभूत गुणांमुळे त्या कादंबऱ्यांनीही रसिक मनात आपल्यापुरते काही स्थान संपादन केलेले असते. 'शृंगेरीची लक्ष्मी' ही या वर्गात बसेल अशाच प्रकारची कादंबरी आहे.

रंजकतेवर आणि कल्पनारम्यतेवर भर देणाऱ्या या कादंबरीला एक ऐतिहासिक पार्श्वभूमी आहे. 'शृंगेरीची लक्ष्मी' चे लेखक प्रा. चिं. ग. भानू हे फर्गसन महाविद्यालयामध्ये इतिहासाचे प्राध्यापक होते आणि गाढे विद्वानही होते. त्यांची आणखी एक ओळख द्यायची म्हणजे भारताचार्य चिंतामणराव वैद्य यांचे ते जामात होते. या उभयतांचे हे कौटुंबिक नाते सोडले तरी आणखी वाङ्मयीन नातेही त्यांच्यांत दाखवता येण्याजोगे आहे. भारताचार्य वैद्य यांनी 'दुर्दैवी रंगू' ही पानिपतच्या संग्रामावर आधारलेली एकमेव ऐतिहासिक कादंबरी लिहिली आहे. प्रा. भानू यांनीही 'शृंगेरीची लक्ष्मी' ही एकच कादंबरी लिहिली असून तीही सवाई माधवराव पेशवे

यांच्या कारकीर्दीच्या पार्श्वभूमीवरची म्हणजे ऐतिहासिक म्हणायला हवी अशीच आहे. तथापि या दोन्ही कादंबऱ्यांतले साधर्म्य इथेच संपते. 'दुर्दैवी रंगू' या कादंबरीला व्यक्तिगत, कौटुंबिक, राजकीय अशी एकापाठोपाठ विस्तारत जाणारी, मूळ कथेला अधिक अर्थपूर्ण करणारी परिमाणे आहेत. ती नायिका रंगू हिची शोकांतिका आहे, तशी मराठी राज्याचीही शोकांतिका आहे. उलट 'शृंगेरीची लक्ष्मी' ही मात्र एका सरळ रेषेत जाणारी, अद्‌भुतावर भर देणारी आणि अथपासून इतीपर्यंत वाचकांचे मन खिळवून ठेवणारी अशी एक ऐतिहासिक नवलकथा (Historical Romance) आहे. या सर्व मर्यादा असल्या तरी 'शृंगेरीची लक्ष्मी' अगदीच सामान्य आहे असे मात्र म्हणता येणार नाही. तिचे तिचे म्हणून काही लक्षणीय विशेष आहेतच.

या कादंबरीचे कथानक थोडक्यात असे आहे. चौदा पंधरा वर्षांचे बालपेशवे, सवाई माधवराव गादीवर बसलेले आहेत आणि पेशवाईचा सर्व कारभार राजकारण-धुरंधर नाना फडणीस अतिशय चातुर्याने व दक्षतेने सांभाळत आहेत. याच वेळी कर्नाटकात लक्ष्मेश्वर या शहरी टिपू सुलतान, इंग्रज आणि निजाम असे तिघे मिळून एक गुप्त बैठक घेतात. तिघांच्या एकत्रित प्रयत्नाने पेशवाई अलगद घशात टाकावी असा त्यांचा डाव असतो. त्याबरोबरच टिपूचा हात सनातन धर्माचे संरक्षण करणाऱ्या शृंगेरीच्या धर्मपीठाकडेही एखाद्या सर्पासारखा हळूहळू सरकत असतो. या तिघांच्या बैठकीत जो निर्णय लागला त्याचा कच्चा खर्डा एका माणसाला योगायोगाने मिळतो. कादंबरीची नायिका लक्ष्मी ही शृंगेरीच्या जमादाराची मुलगी, तरुण, रूपसंपन्न, पट्टीची गाणारीण. पण वेश्या मात्र नव्हे. शृंगेरी पीठावरील श्रद्धेने आणि धर्माभिमानाने तिचे अंतःकरण ओतप्रोत भरलेले असते. तो कच्चा खर्डा नानांना मिळवून द्यावा. पेशवाईचे संकट टळावे आणि त्याबरोबर नानांनी शृंगेरीच्या पीठाचाही बचाव करावा यासाठी लक्ष्मी धडपडत असते. शेवटी तिच्या प्रयत्नांना यश येते. ही कादंबरीची स्थूल रूपरेखा. कथानक अधिक रंजक व्हावे म्हणून त्यात एक खून, एक सराफ व त्याची प्रेयसी, एक मूल्यवान मोत्यांची माळ, लक्ष्मीवर फिदा असलेला एक मुसलमान सरदार अशा अनेक गोष्टी लेखकाने अंतर्भूत केल्या आहेत. प्रारंभीची लक्ष्मेश्वरची घटना सोडली तर पुढचे सारे कथानक पुण्यात घडते. मसलतीच्या खर्ड्याचे पुण्यात आगमन व तो हस्तगत करण्यासाठी अनेकांचे अनेक दिशांनी चाललेले प्रयत्न हे कथानकाचे मुख्य सूत्र आहे. पण कादंबरी जी आजही वाचताना अतिशय रंजक वाटते ती तिच्यामध्ये लेखकाने पेशवाईतल्या पुण्याचे जे हुबेहूब चित्र रंगवले आहे त्यामुळे.

पुण्यामध्ये आज देखील अनेक ऐतिहासिक वास्तू आहेत. इतिहासप्रसिद्ध पुरुषांच्या नावाने प्रसिद्ध असलेले रस्ते, चौक आहेत. पेशवाईतली मंदिरे आहेत. इतकेच नव्हे तर काही ऐतिहासिक रीतिरिवाजसुद्धा अद्याप तग धरून आहेत. या

साऱ्यांचे इतके सूक्ष्म तपशील लेखकाने कादंबरीत दिलेले आहेत की ती वाचताना आजही आपण पेशवाईतल्या पुण्यात वावरत आहोत की काय असे वाचकाला वाटते. अप्पा बळवंताचा चौक, गारपीर, पुण्यातला त्या काळचा प्रसिद्ध सराफकट्टा, वेळप्रसंगी पेशव्यांना देखील वाटेल तेव्हा कर्ज देऊ शकणारे आणि ज्यांच्या हुंड्या हिंदुस्थानभर चालू शकतात असे गद्रे, वानवळे, वाकडे यांसारखे पुण्यातले नामांकित पेढीवाले सराफ, धर्मनिष्ठ ब्राह्मण, बेलबाग, पर्वती, चतु:शृंगी, गुंडाचा गणपती (हा कुठे आहे?) अशी देवस्थाने या साऱ्यांची वर्णने अतिशय प्रत्ययकारी आहेत. केवळ ऐतिहासिक ठिकाणेच नव्हेत तर त्या काळातले ब्राह्मणी रीतीरिवाज, कर्मकांड, खाणे- पिणे, विविध पोशाख, करमणुकीची साधने यांचे चित्रणही लेखक एखाद्या चित्रकाराच्या कुशलतेने करताना दिसतो.

सवाई माधवरावांच्या कारकीर्दीत पुणे पुन्हा एकदा वैभव, ऐषाराम अनुभवत होते. गावात जसे नेमनिष्ठ ब्राह्मण व मराठे होते तसे चैनी, रंगेल, चंगीभंगी वृत्तीचे लोकही वावरत होते. अशा चैनी पुरुषांचा थाट कसा असे त्याचे वर्णन लेखक एके ठिकाणी करतो. 'मोरोबा गुलहौशी म्हणून शेंडी मोठी राखून भोवती घेराही चांगला कंगणीदार ठेवी आणि रोज तेले चोळचोळून शेंडी तुळतुळीत करी. तांबडालाल दाणेदार कंगणी जोडा फटक फटक वाजतो आहे, गुलाबी रंगाची धोतरे कडकडताहेत, हातांत सलकड्यांची खुळखुळ व पाचूच्या अंगठ्यांचे चकाकणे, तोंड सुवासिक तंबाखूने भरलेले, गंध केशरी, पागोट्याची बत्ती लफ्फेदार, अत्तराचा वास दरवळतोच आहे अशा थाटाने स्वारी दुकानात यायची!' पेशवाईतल्या या झोकदार तरुणाची आजच्या आधुनिक तरुणांशी तुलना करून बघण्यासारखी आहे. पण सारेच तरुण असे नसत. याच कादंबरीत लक्ष्मण नाईक हा सराफ लेखकाने रंगवला आहे तो अत्यंत प्रामाणिक, नेकीचा आणि पेशवाईचा कडवा अभिमान बाळगणारा असा आहे. वयाच्या तिशीपर्यंत अविवाहित असलेल्या नाइकाला तालमीचा, व्यायामाचा षोक आहे. तो निष्ठावंत गणेशभक्त आहे. आपला सराफीचा व्यवसाय तो प्रामाणिकपणे करतो. कधीमधी तंबाखूची चिमूट तोंडात टाकण्यापलीकडे कसलेही व्यसन नसणारा हा नेकजात मराठा पेशवाईतील समाजजीवनाची एक वेगळी बाजू दाखवतो. पुढे यमूताई नावाच्या एका अनाथ, सालस, पापभीरू तरुणीशी त्याचा परिचय होतो. प्रेम जडते. या प्रेमाचा विकास व त्याची विवाहात होणारी परिणती लेखकाने हळूवार, तरल शैलीने रंगवली आहे. या लक्ष्मणजी नाइकाचे दिवाळे निघण्याची वेळ आली तेव्हा योगायोगाने हाती आलेल्या नानांच्या बहुमूल्य मोत्यांच्या माळेचा त्याने फक्त चार दिवस तारण म्हणून वापर केला आणि आपले दुकान वाचवले. पण त्या वेळीही त्या माळेचा त्याने अभिलाष बाळगला नाही. उलट ती माळ ज्याची त्याला परत मिळावी यासाठी तो सारखे प्रयत्न करतो. त्याच्या या नि:स्पृह वृत्तीचे त्याला

फळही मिळते. कादंबरीत अनेक कारस्थानांच्या मुळाशी असलेली ही माळ नाना त्याला शेवटी बक्षीस देतात. पानिपतच्या आघातातून पुणे आता सावरले होते. बारभाईंचे कारस्थान यशस्वी झाले होते व बालपेशव्यांची जिवापाड जपणूक करत राज्यकार्यधुरंधर नाना फडणीस मोठ्या चातुर्याने व दक्षतेने पुण्याचे आणि पेशवाईचे रक्षण करत होते. नानांचे चित्र लेखकाने फार रेखीव रंगवले आहे. त्यांच्या अंगावरची पांढरी शालजोडी, कपाळावरचे केशरी गंध, मॅलेट साहेबाने त्यांना भेटीदाखल दिलेले सोन्याचे घड्याळ अशा बारीक तपशिलांतून लेखक नाना फडणीस आपल्या डोळ्यांसमोर उभे करतो. ते रोज सकाळी तोंड धुण्यासाठी बेलबागेत जातात आणि बाजारचा 'निरख' म्हणजे बाजारभाव जाणून घेतात. त्यांची शिस्त, दरारा, कार्यकुशलता यांचा पदोपदी प्रत्यय येतो. घाशीराम कोतवाल हा नानांचा हस्तक. त्याचे हेर हिंदुस्थानभर विखुरलेले असतात आणि त्यांच्यामार्फत सगळीकडच्या बातम्या नानांपर्यंत पोहोचतात. लक्ष्मेश्वर येथील बैठकीचा कच्चा खर्डा हस्तगत करण्यासाठी नानांनी आपल्या खाजगी मालकीची पन्नास हजारांची मोत्यांची बहुमूल्य माळ देऊ केली होती. एके ठिकाणी ते म्हणतात, 'बारभाईच्या कारस्थानाच्या वेळी मी माझ्या पदरचे सव्वीस लाख रुपये खर्च केले होते. त्यांतला एक छदाम सुद्धा परत आला नाही!' नाना फडणीस पेशवाईसाठी असे स्वतःच्या पदराला खार लावून झटत असत आणि म्हणूनच त्यांचा सर्वांना धाक व दरारा वाटे. आपली बारीकसारीक गुपितेदेखील नानांना माहीत असतात हे पुण्यातला प्रत्येक माणूस ज़ाणून होता, म्हणून 'काय, कसे काय?' असा नानांनी नुसता साधा प्रश्न विचारला, हसतमुखाने चौकशी केली तरी ऐकणाराला दरदरून घाम फुटे.

नानांचा पुण्यावर असा करडा अंमल असला आणि लोक सामान्यतः शिस्त पाळून वागणारे असले तरी पुणेकरांत विलासी वृत्ती आणि जीवनातला आनंद उपभोगण्याची हौस भरपूर होती. लक्ष्मी जेव्हा पुण्यात येते तेव्हा इथले अनेक श्रीमंत सरदार, सुखवस्तू लोक तिच्या नाचाचे व गाण्याचे कार्यक्रम आपल्याकडे ठरवतात व त्यासाठी हजारो रुपये उडवतात. पर्वती, चतुःश्रृंगी अशा ठिकाणी सहलींना जाणे लोकांना आवडत असे. अशा वेळी लाडू, चकल्या, दही, क्वचितप्रसंगी बासुंदी पुऱ्या असे खाद्यपदार्थ ते बरोबर नेत. त्याप्रमाणे एखादी मैत्रीण देखील संगतीला असे.

सराफकट्ट्याजवळच एक शाक्ताश्रम होता आणि अनेक नेमनिष्ठ ब्राह्मण देखील तिथे अधूनमधून ताडी प्यायला जात. रंगीबेरंगी पगड्या घालून मिरवण्याची लोकांना भारी हौस असे. पण त्यातही सभ्याभ्यतेचे सूक्ष्म भेद असत. उदाहरणार्थ, 'प्याजी' म्हणजे कांद्यासारख्या गुलाबी रंगाची पगडी डोक्यावर घालणारा माणूस छचोर, रंगेल समजला जाई. मेणे, पालख्या यांसारखी वाहने भाड्याने मिळत आणि अशा वाहनांत

बसून जाणे हे देखील प्रतिष्ठितपणाचे, श्रीमंतीचे लक्षण मानले जाई. कादंबरीतली सर्वांत आकर्षक व्यक्तिरेखा अर्थात लक्ष्मीची आहे. तिची रूपसंपदा असामान्य आहे आणि तिच्या गाण्याची ख्याती सर्वत्र पसरलेली आहे. ती गाण्याचे अनेक कार्यक्रम करते पण पोटापुरते द्रव्य बाजूला ठेवून बाकी सारे शृंगेरीच्या धर्मपीठासाठी खर्च करते. नानाचा एक हेर बहिरजी याचा व तिचा वाङ्‌निश्चय झालेला आहे पण शृंगेरी मुसलमानांच्या तावडीतून सुटेल तेव्हाच संसारसुखाचा आस्वाद घ्यायचा अशी तिची प्रतिज्ञा आहे. ती शृंगेरीच्या एका जमादाराची मुलगी. जातीने अस्सल मराठा. पण शृंगेरीच्या मठात वावर असल्यामुळे ती संस्कृतात उत्तम पारंगत आहे. ती चतुर, बुद्धिमती, व्यवहारकुशल आणि मनुष्यस्वभावाचे बारकावे जाणण्यात पटाईत आहे. तिच्या रूपाची, पोशाखाची, अलंकारांची सुंदर वर्णने कादंबरीत आली आहेत. बुट्ट्याचा भरजरी काळा शालू, जरीचे पांढरे पातळ, गुलाबी रंगाची पाठीवर गाठ असलेली चोळी, तिच्या शेल्याचा भरगच्ची पदर आणि ती आली म्हणजे घमघमणारा मोतियाचा वास याचे वर्णन करताना लेखक रंगून जातो. लक्ष्मीचा सर्वांत वेधक गुण म्हणजे तिची धर्मनिष्ठा. कटाचा कच्चा खर्डा मिळवण्यासाठी बहलोलखान नामक कामातुर उर्दू मुसलमान सरदाराला ती प्रेमाची आशा दाखवून आपल्या नादी लावते तो प्रसंग मुळातूनच वाचायला हवा.

एकूण 'शृंगेरीची लक्ष्मी' ही एक रंजक कांदबरी आहे. रंजक आणि व्याज-ऐतिहासिक. तिच्यातले इतिहासाचे काही तपशील वास्तव आहेत. पण मुख्य भर कल्पनारम्यतेवरच आहे. तथापि, आपल्या प्रचंड वाचन व्यवहारात अशा पुस्तकांनाही काही एक साहित्यमूल्य असतेच.

◆

खुंट्या ईगो टांगण्यासाठी

काही वर्षांपूर्वी य. गो. जोशी यांची एक कथा मी वाचली होती. कथेचे नाव होते, 'हेमगर्भाची मात्रा.' एका वाड्यात एक बाई राहात असते. तिच्या आईने मरताना आपल्याजवळची हेमगर्भाची मात्रा तिला दिलेली असते. ही मात्रा माणूस अगदी आसन्नमरण झाला म्हणजे त्याला उगाळून चाटवतात. त्याने मरणाराचे मरण काही चार दोन मिनिटे लांबवता येते. येवढाच त्या मात्रेचा उपयोग. पण ज्या बाईजवळ ती मात्रा असते, तिला तिचा विलक्षण अभिमान असतो आणि वाड्यातल्या एखाद्या बिऱ्हाडात कुणी आजारी पडले, अत्यवस्थ झाले की ही मागलापुढला काही विचार न करता त्या बिऱ्हाडातल्या माणसांना खुशाल सांगते, 'काही काळजी करू नका बरं का! तशीच जर वेळ आली तर माझ्याजवळ हेमगर्भाची मात्रा आहे. अगदी संकोच न करता मागा. अर्ध्या रात्रीसुद्धा मी काढून देईन. हो! एवढंही जर कुणाच्या उपयोगी पडता आलं नाही तर उपयोग काय जवळ वस्तू असून?' वाड्यातली माणसे अर्थात त्या बाईला टाळतात. घरात कुणी आजारी पडले तर ती गोष्ट तिच्यापासून कटाक्षाने लपवून ठेवतात. अशावेळी तिचे दर्शनदेखील त्यांना नकोसे वाटते. ही बाई मात्र कुणाच्या आजाराचा ओझरता सुगावा लागला तरी त्या घराभोवती घारीसारखी घिरट्या घालत राहते आणि औचित्य, अनौचित्याचा विचार न करता घरातल्या माणसांना म्हणते, 'तशीच वेळ आली तर माझ्याकडे हेमगर्भाची मात्रा आहे बरं का!'

अगदी प्रथम जेव्हा ही कथा मी वाचली तेव्हा अभावितपणे का होईना,

दुसऱ्याच्या मरणाची वाट बघणाऱ्या त्या बाईचा मला अतिशय राग आला होता. ती मला अगदी दुष्ट, हृदयशून्य वाटली होती. आता मध्यंतरी इतकी वर्षे गेल्यावर मात्र तिच्यावर मी रागावत नाही. उलट तिची मला कीव येते. तिची मनोवृत्ती आपल्याला थोडी अधिक कळते आहे असे वाटते. ही बाई जात्या वाईट नाही. दुष्ट तर नाहीच नाही. तिला पोच जरासा कमी आहे इतकेच फार तर म्हणता येईल. ती कुणाचे मरण चिंतीत आहे असेही नाही. वस्तुस्थिती अशी आहे, ती हेमगर्भाची मात्रा ही एकच वस्तू तिच्याजवळ अशी आहे की, जिचा तिला अभिमान वाटावा. ती मात्रा तिच्या जगण्यामागची एकमेव आवश्यक प्रेरणा, तिचा आधार आहे. या मात्रेमुळेच कुणी आपल्याला विचारले तर विचारील, एरव्ही जगाच्या दृष्टीने आपण कुचकामाच्या आहोत याची तिला जाणीव आहे. म्हणून त्या मात्रेचा एवढा बडिवार. तिची इतकी जाहिरात!

जसजसे वय वाढत चालले आहे तसतशी एक गोष्ट अधिकाधिक प्रमाणात माझ्या मनावर ठसू लागली आहे. ती ही की, प्रत्येक माणसाच्या मनात त्याची स्वतःची एक आवडती प्रतिमा असते आणि तिला तो जिवापाड जपत असतो. जोश्यांच्या कथेतील ती बाई, 'हेमगर्भाच्या मात्रेची मालकीण' ही आपली प्रतिमा तिने अशीच उराशी कवटाळून धरली होती. आपण सारे तिच्याच जातीचे. बरीवाईट, खरीखोटी एक आपली प्रतिमा आपल्या मनात असतेच. कधी ही प्रतिमा जगाने तयार केलेली असते. पण बहुतेक वेळा ती ज्याची त्यानेच स्वतःवर लादलेली असते. छे! 'लादलेली' हा शब्द इथे बरोबर नाही. माणसे स्वतःवर प्रतिमा लादत नाहीत तर ती मोठ्या आवडीने काळजीपूर्वक सिद्ध करतात आणि ती जन्मभर सांभाळत राहतात. कालान्तराने ती प्रतिमा आणि तो माणूस इतके एकजीव होऊन जातात की प्रतिमा म्हणजेच माणूस हे समीकरण जनमानसात अगदी घट्ट होऊन बसते. आपल्या आसपास आपण सहज जरी नजर फिरवली तरी या गोष्टीचा प्रत्यय आपल्याला आल्यावाचून राहात नाही.

अशी प्रतिमा तयार करण्यासाठी माणसे किती प्रयत्नपूर्वक झटत असतात आणि एकदा ती सिद्ध झाली म्हणजे तिला यत्किंचितही ढळ पोहोचू नये म्हणून तिची किती काळजी घेतात! भोवतालच्या माणसांचे एकूण वागणे बघावे. त्यांचे वेळोवेळी काढलेले स्वतःबद्दलचे उद्गार ऐकावेत म्हणजे त्यांच्या मनातले त्यांच्या आवडीचे रूप कसे आहे, हे आपल्या ध्यानात येते. ते बघताना कधी आश्चर्य वाटते. कधी हसू येते. तर कधी मन जरासे खिन्नही झाल्यावाचून राहात नाही.

माणसांच्या प्रतिमा या बहुधा त्यांच्या अहंकाराची वेगवेगळी रूपे असतात आणि हा अहंकार कशाचा असेल याचा काही नेम सांगता येत नाही. सहज स्वाभाविकपणे वागणारी माणसे फार मोजकी सापडतात. बहुतेकांनी कसले ना

कसले मुखवटे आपल्या चेहऱ्यावर चढवलेले दिसतात. माणसांचे अहंभाव, इतरांपेक्षा स्वत:ला कुणी विशेष समजण्याची त्यांची वृत्ती किती सामान्य गोष्टींमधून प्रकट होत असते. आमच्या घरी वरचेवर येणारा, ओळखीतला एक तरुण मुलगा आहे. तो जाता येता, काही कारण नसता भोवतालच्या लहान पोरांना चापट्या मारत असतो. यात त्याचा कोणता सुप्त अहंकार सुखावतो, देव जाणे! पण जवळ एखादे लहान मूल आले रे आले की याने त्याला पटकन चापट मारलीच! त्यामुळे मुले त्याला कटाक्षाने टाळतात. एकदा मात्र एक चिमुरडी त्याला अगदी तोडीस तोड भेटली. त्याने तिला चापट मारल्याबरोबर तिने त्याचा तोच हात पकडला आणि त्याला असा कडकडून चावा घेतला की एक तर तो त्याच्या हाताला किंवा एक तर तो तिच्या दातालाच माहीत! त्यानंतर त्याने चापटी प्रयोगातून त्या छोटीला वगळले. पण इतर भित्र्या मुलांना चापट्या देण्याचा त्याचा क्रम चालूच राहिला.

माणसांच्या अहंकाराचे इतके गमतीदार प्रकार बघायला मिळतात. माझ्या परिचयाच्या एक बाई आहेत. आपली एकूण 'टेस्ट' फार चोखंदळ आहे अशी त्यांची स्वत:ची समजूत आहे. आपल्या साड्या, इतर वस्तू त्या स्वत:च खरेदी करतात. कारण आपल्यासारखी उच्च दर्जाची अभिरुची दुसऱ्या कुणालाच नाही याबद्दल त्या नि:शंक आहेत. त्यांच्या अशा विशिष्ट स्वभावामुळेच त्यांना कधी भेटीदाखल साडी द्यायची सोय नाही. तिचा रंग, पोत, काठ काहीच त्यांना पसंत पडत नाही. त्या म्हणतात, 'अगदी माझ्या नवऱ्याने केलेली खरेदीसुद्धा मला आवडत नाही. मला अगदी सगळं कसं नीटनेटकं, सुंदर, निवडक लागतं. माझ्यासारखी टेस्ट कुणाचीच नाही!' आता यावर कोण काय बोलणार? आणि त्यांना भेटीदाखल काही वस्तू देण्याचे धाडस तरी कोण करणार?

आमच्या ओळखीचे आणखी एक असेच गृहस्थ आहेत. आपण अतिशय मार्मिक बोलतो, आपले विनोद आणि कोट्या फार श्रवणीय असतात अशी त्यांची लाडकी समजूत आहे. त्यामुळे बोलताना ते सारखे विनोदी बोलतात. प्रत्येक शब्दावर कोट्या करतात आणि त्यावर कुणी हसो न हसो, ते स्वत:च मोठमोठ्याने हसून त्या विनोदाला, कोट्यांना दादही देतात. स्वत: विनोदी बोलून स्वत:च त्यावर हसत राहणे हे त्यांच्या अहंकाराचे प्रकट रूप आहे हे सर्वांच्या ध्यानात येते. पण तसे त्यांना स्पष्टपणे कोण कसे सांगणार? त्यामुळे अलीकडे त्या गृहस्थांशी गप्पा मारणे हा एक क्लेशकारक अनुभव होऊन बसला आहे. पण त्या विनोदी गृहस्थांना त्याचा पत्ताही नाही. त्यांचे आपले मार्मिक, विनोदी आणि कोटीबाज संभाषण सतत चालू असते. त्यावर त्यांचा अहंकार छान पोसला जातो!

अशी स्वत:वर खूश असणारी, इतरांपेक्षा आपण काही विशेष वरच्या दर्जाचे आहोत असे समजणारी आणि ही पातळी सांभाळून चारचौघांत वावरणारी माणसे

आपल्याला प्रत्यही भेटत राहतात. त्यांचे वाचन अगदी निवडक पुस्तकांचे असते. ते बघतात ते चित्रपट, नाटकेदेखील खास असतात. त्यांना फक्त शास्त्रीय संगीत ऐकायला आवडते. त्यांचा पोशाख, बोलणे-चालणे, त्यांचे खाणे-पिणे, त्यांचे विशिष्ट उच्चभ्रू वर्तुळातच कटाक्षाने वावरणे-सारे कसे अगदी निवडक, उंची, चोखंदळ आणि प्रयत्नपूर्वक जोपासलेले असते. सर्वसामान्य माणसाशी बोलणे त्यांना आवडत नाही. ते त्यांना अप्रतिष्ठितपणाचे वाटते. साहित्यक्षेत्रात तर या प्रकारची माणसे खूपच आढळतात. इतर माणसे ज्या विनोदाला खदखदून हसतात तो ऐकताना यांचा चेहरा भलताच गंभीर असतो. त्यावरची सुरकुतीदेखील मोडत नाही. लोकप्रिय झालेले पुस्तक पाहिले की यांच्या कपाळाला आठ्या चढतात. चित्रपटातल्या सुंदर गाण्याला ते नाक मुरडतात. हे तथाकथित अभिरुचिसंपन्न लोक आपली अभिरुची दैनंदिन जीवनातल्या साध्या आनंदापर्यंत ताणत नेतात. इतर माणसे कुरकरीत भज्यांवर ताव मारत असताना, चटकदार भेळीचे बोकाणे तोंडात भरत असताना, हे लब्धप्रतिष्ठित जीव मात्र सॅण्डविचचा लहानसा कोपरा दाताने नाजूकपणे कुरतडत इतर लोकांकडे कणवेच्या दृष्टीने बघत राहतात. कधी यांच्या या अडाणी सवयी बदलणार अशा अर्थाचा उदास सुस्कारा सोडतात!

खरेच, माणसे स्वत:साठी अशी प्रतिमा का तयार करतात? तोंडावर असे मुखवटे चढवून का वावरतात? याचे कारण ती त्यांची आंतरिक गरज असते. मानसशास्त्र सांगते की आपण खरोखर कोण आहोत, आपली एकूण कुवत किती आहे - हे क्वचित काही अपवाद वगळता - ज्याचे त्याला आतल्या आत पक्के ठाऊक असते. ती खंत त्याचे मन सारखी कुरतडत असते आणि आपले हे नगण्यपण इतरांना कळू नये म्हणून त्याचा खटाटोप चाललेला असतो. या खंतीतूनच जगासाठी तो आपली एक आकर्षक, नेत्रसुखद प्रतिमा तयार करतो. मानसशास्त्राचाच असा एक सिद्धांत आहे की, अहंकार हे न्यूनगण्डाचेच एक वेगळे रूप असते. या कॉंप्लेक्सने पछाडलेली माणसे मग आपला अहंकार जोपासण्यासाठी खरे खोटे आधार निर्माण करतात. आपला ईगो टांगून ठेवण्यासाठी कसल्या ना कसल्या खुंट्या बनवतात. त्या खुंट्या जन्मभर जपत राहतात.

य.गो. जोश्यांच्या कथेतील ती बाई - तिच्याजवळ असलेली हेमगर्भाची मात्रा ही याच प्रकारची एक खुंटी होती. तिच्यावर तिनेही आपली प्रतिष्ठा टांगून ठेवली नव्हती का?

◆

जगावर रुसलेली माणसे

काही माणसे जगावर कायमची रुसलेली असतात. नुसती रुसलेलीच नव्हेत, तर चक्क रागावलेली असतात. जग अत्यंत निर्दय आणि पक्षपाती आहे. आपल्या अंगच्या गुणांची कुणाला कदर नाही, आपल्यापेक्षा फार सामान्य कुवतीच्या माणसांवर जग मेहरबानी करते, पण आपल्यावर मात्र सतत अन्याय झालेला आहे अशा सात्त्विक संतापाने ती अहर्निश भडकलेली असतात. या प्रकारच्या माणसांचे कितीतरी नमुने आपण आसपासच्या जगात जरा इकडे तिकडे बघितले तर आपल्याला दिसून येतात.

माझी एक मैत्रीण आहे. तिला स्वत:ला शास्त्रीय संगीतात प्राविण्य मिळवायचे होते. नामवंत शास्त्रीय गायिका व्हायचे होते. त्यासाठी त्या क्षेत्रातल्या अनेक अधिकारी व्यक्तींकडे तिने संगीताचे पाठ घेतले. पण दुर्दैवाने ती कला तिला केव्हाही साध्य झाली नाही. मुळात आपल्याकडे कुवत बेताची आहे, हे तिने कधी समजूनही घेतले नाही. मग ते मानणे तर दूरच राहिले! परिणाम व्हायचा तोच झाला. रेडिओवर गायकांची जी चाचणी परीक्षा घेण्यात येते त्यात तिला नापास ठरवले गेले. मोठ्या आर्ट सर्कलमधून आपल्याला सन्मानपूर्वक निमंत्रण यावे, तिथे आपल्या शास्त्रीय संगीताच्या मैफली व्हाव्यात, जाणकारांनी कार्यक्रमाला आवर्जून उपस्थित राहावे आणि आपल्या गाण्याला मन:पूर्वक दाद द्यावी. दुसऱ्या दिवशी वृत्तपत्रांतून मैफलीचे स्तुतिपर वृत्तांत यावेत, अशी तिला भयंकर हौस होती; पण मुळात कधी अशी

आमंत्रणेच तिला आली नाहीत तर पुढची स्वप्ने वास्तवात कशी उतरणार? मैत्रीण मनातून फार खट्टू झाली. पण या साऱ्यांत आपणच कुठे कमी पडत असू, आपला अभ्यास, आपला रियाज व्हावा तेवढा झालेलाच नसेल, हे सत्य मात्र तिने कधीही स्वीकारले नाही. त्याबरोबर चुकून कधी नवशिक्या होतकरू गायकगायिकांबरोबर तिला गाण्याची संधी मिळत असेल, तर तिचादेखील तिने कधी फायदा घेतला नाही. कारण तिथे तिचा अहंकार आडवा येत होता. मी येवढ्या मोठ्या उस्तादांची शिष्या आहे. ती मी काय अशा फालतू आणि नवशिक्या कलावंताबरोबर गाऊ का? कधी गाणार नाही. मग बेहत्तर आहे माझी स्वतंत्र मैफल झाली नाही तरी! असे ती अभिमानाचे उद्‌गार काढी. मिळून काय, तर तिचे गाणे तिने श्रोत्यांना कधी ऐकवले नाही. कालांतराने तर ती शास्त्रीय संगीत शिकते आहे, हे देखील लोक विसरून गेले. मैत्रीण मात्र ते विसरली नव्हती. उलट लोकांनी नाकारलेल्या आपल्या संगीताला ती अधिकच आग्रहाने चिकटून बसली. आपण उत्तम गातो, लोकांनाच त्याची जाण नाही हा हट्ट तिने कधी सोडला नाही. इतके चांगले गाणे जर लोकांना हवेसे वाटत नसेल, तर दोष त्यांचाच आहे. या क्षेत्रात स्पर्धा फार आहे, बाकीचे कलाकार मत्सरग्रस्त, असूयाग्रस्त आहेत आणि आपण पुढे येऊ नये, म्हणून सगळीकडे कट-कारस्थाने चालू आहेत, मोर्चेबंदी होत आहे, हा तिचा ग्रह दिवसेंदिवस पक्का होत गेला. परिणामी तिच्या वृत्तीतला मूळचा साधेपणा, निर्भरता आणि गोडवा नाहीसा होऊन ती कडवट, कुत्सित बनली आहे. त्याहीपेक्षा वाईट म्हणजे तिचा आता दैवावर विश्वास बसू लागला आहे. 'आमचे नशीबच खोटे आहे. मी शापित आहे. माझ्या दैवातच यश नाही, मी काही चांगले करायला गेले की, त्यात अडथळे यायचे हे ठरूनच गेले आहे.' या तऱ्हेची भाषा आता तिच्या तोंडी वारंवार येताना दिसते आणि मला वाईट वाटते. पण तिची समजूत कशी घालावी, स्वतःकडे थोड्या अलिप्त, वस्तुनिष्ठ दृष्टीने पाहून कठोर आत्मपरीक्षण करण्यास तिला कसे सांगावे, मला खरोखर कळत नाही.

शास्त्रीय संगीताचे क्षेत्र मला अगम्य आहे. पण ज्या साहित्याच्या क्षेत्रात गेली अनेक वर्षे मी वावरते आहे, तिथेदेखील मनुष्यस्वभावाचे असे अनेक नमुने मला बघायला मिळाले आहेत. माझ्या ओळखीचा एक लेखक आहे. गेली बारा-पंधरा वर्षे तो साहित्याच्या क्षेत्रात धडपडतो आहे. पण अजूनही तिथे त्याला फारसे काही साध्य झालेले नाही. अजूनही तो आपला होतकरू उमेदवारच राहिला आहे. तसे त्याने अनेक साहित्यप्रकार हाताळून पाहिले. सुरुवातीला तो कविता लिहीत असे. मग तो कथा लिहू लागला. मध्यंतरी त्याने एक कादंबरी लिहिली. ही दोन्ही-तिन्ही पुस्तके त्याने स्वतःच्या खर्चाने प्रकाशित केली; पण दुर्दैवाने भोवतालच्या वाङ्मयीन वातावरणात त्याचे काहीही पडसाद उमटले नाहीत. आपण चांगले विनोदी लेखन

करू शकतो, असे त्याचे स्वत:बद्दलचे मत आहे. म्हणून त्याने एक विनोदी पुस्तकही लिहून पाहिले. पण तिथेही त्याच्या वाट्याला अपयशच आले. अनुवादाचे क्षेत्र अद्याप त्याच्यासाठी खुले होते. म्हणून त्याने मग झपाट्याने कथांचे अनुवाद करण्यास सुरुवात केली; परंतु अनुवादासाठी जे नामवंत पाश्चात्त्य कथाकार त्याने निवडले, त्यांचे सुरेख अनुवाद यापूर्वीच इतर लेखकांनी केलेले होते. म्हणून तिथेही त्याची डाळ शिजली नाही. 'सदर लेखन' हा चटपटीत, बराचसा मुक्त आणि लेखकांना थोडेबहुत नाव आणि पैसा मिळवून देणारा वाङ्मयप्रकार आहे, वृत्तपत्रांची संख्या वाढल्यामुळे सदर लेखनाला भरपूर मागणी आहे आणि अनेक थोर सर्जनशील लेखकांनी सदर लेखन केलेले असल्यामुळे त्यात लाज वाटण्याजोगेही काही नाही. वर उल्लेखिलेल्या महत्त्वाकांक्षी लेखकाने आता सदर लेखनाकडे मोर्चा वळवला. पण मुळात त्याला त्या ठिकाणी मिळावा तसा वाव मिळेना आणि एक दोन वृत्तपत्रांनी त्याचे 'सदर' सुरू केले; पण दोन-चार लेख त्याने लिहिले न लिहिले तो संपादकांनी ते सदरच बंद करून टाकले. अशी सगळीकडून कोंडी झाल्यामुळे हा लेखक मनातून खट्टू तर झाला आहेच; पण त्याहीपेक्षा साऱ्या जगाने हा आपल्याविरुद्ध काहीतरी कट केला आहे, सगळ्या मोक्याच्या जागा प्रस्थापित लेखक पटकावून बसले आहेत आणि त्यामुळे त्या गर्दीत आपल्याला वाव मिळत नाही, अशी त्याने स्वत:ची समजूत करून घेतली आहे. यश ही अत्यंत चंचल, फसवी आणि सापेक्ष गोष्ट आहे, याचे या लेखकाला भान उरलेले नाही. त्याप्रमाणे यश म्हणजे नेमके काय याबद्दलच्या त्यांच्या कल्पनाही अत्यंत संदिग्ध आणि धूसर आहेत.

तेही एकवेळ असो, पण आपल्या दुखावलेल्या अहंकारावर फुंकर घालण्यासाठी या लेखकाने ज्या मार्गाचा अवलंब केला आहे, तो अत्यंत अश्लाध्य आहे. अलीकडे सर्व नामवंत यशस्वी लेखकांची तो सतत टवाळी करत असतो. अमक्या तमक्या कवीची प्रतिभा आता संपल्यातच जमा आहे, दुसरा तमका लेखक सुंदर विनोदी लिहितो म्हणून लोकांनी त्याला डोक्यावर घेतले; पण आता त्याचे विनोदी लेखन वाचवतसुद्धा नाही, आणखी तो एक कुणीतरी मराठीतला श्रेष्ठ कादंबरीकार म्हणून गेली अनेक वर्षे अतिशय गाजत आहे; पण त्याचीही निर्मितिशीलता आता संपुष्टात आली आहे, अशी विधाने करण्यात त्याला एक विकृत आनंद मिळत असतो आणि त्या आनंदाचा तो मनसोक्त उपभोग घेतो. या सर्व मान्यवर लेखकांवर त्याचा अतिशय राग आहे आणि त्या रागाचा उपशम करण्यासाठी त्याने आणखीही काही चमत्कारिक उपाय शोधून काढले आहेत. त्यातला एक उपाय असा की, खुद्द मराठी भाषाच वाङ्मयदृष्ट्या किती दरिद्री आहे हे सांगायचे आणि तिच्या तुलनेने हिंदी, कानडी, गुजराती भाषांमध्ये किती सुंदर आणि समृद्ध साहित्य निर्माण होत आहे, याचे दाखले देत सुटायचे. हिंदीतला अमुक विनोदी लेखक किती उत्तम लिहितो,

कानडीमधल्या कथावाङ्मयापुढे आपले कथालेखक किती भिकार वाटतात, गुजराती कविता कुठच्याकुठे जाऊन पोहोचली आहे, हे तो नेहमी इतरांना पटवून देण्याचा प्रत्यन करत असतो. हेही एक वेळ समजून घेता येईल, पण या लेखकाच्या ठिकाणी आणखी जी विकृती निर्माण झालेली आठवते, ती पत्करणे फार अवघड आहे. त्याच्या लेखनाच्या प्रारंभीच्या काळात ज्या संपादकांनी त्याचे लेखन आवर्जून छापले, त्याचे कौतुक करून त्याला प्रोत्साहन दिले त्यांच्याविषयीसुद्धा आज तो जेव्हा कुचेष्टेचे, अवहेलनेचे उद्‍गार काढतो, तेव्हा ते त्याचे बोलणे ऐकवत नाही. सर्व दुर्गुण पुरवले; पण कृतघ्नता चालवून घेणे कठीण आहे.

माझी मैत्रीण काय किंवा वर सांगितलेला असंतुष्ट लेखक काय, व्यक्तिश: त्यांच्यावर माझा राग नाही. पण कोणत्याही क्षेत्रात थोडे काही श्रेय मिळवू बघणारे जे कलावंत आहेत, त्यांच्यासाठी चार गोष्टी लिहून ठेवाव्याशा वाटतात. एकतर कोणत्याही क्षेत्रात स्पर्धा ही असणारच! तिचे अस्तित्व गृहीत धरूनच तिथे पाऊल टाकायला हवे. एरव्ही त्या भानगडीत न पडणे श्रेयस्कर. दुसरी गोष्ट ही की, कलेमध्ये प्रतिभा, उत्स्फूर्तता, तीव्र बुद्धिमत्ता या गोष्टी कितीही आवश्यक असल्या, तरी केवळ तेवढ्याने निभाव लागेल असे समजू नये. कुठल्याही कलाक्षेत्रात थोडेबहुत यश संपादन करावयाचे असेल, तर भरपूर व्यासंग, विलक्षण चिकाटी आणि अपरंपार कष्ट करण्याची तयारी हे गुण आपल्यापाशी असावेच लागतात. अगदी जन्मजात अस्सल प्रतिभावंतांनाही व्यासंग, चिकाटी, परिश्रम चुकलेले नाहीत, हे ध्यानात घ्यावे लागते. कोणत्याही कलाक्षेत्रातला नामवंत घ्या, त्याने जीवनाच्या पूर्वार्धात मन थक्क करून सोडतील असे कष्ट उपसलेले आहेत हेच आपल्या प्रत्ययाला येईल आणि चौथी गोष्ट ही की अर्थप्राप्ती हा कलासाधनेचा एक हेतू असला, तरी तो एकमेव हेतू होऊ शकत नाही. मुळात त्या कलेवरच मनस्वी प्रेम असले पाहिजे आणि दिलदारपणे इतरांच्या कलेला दाद देण्याइतके औदार्यही आपल्या ठायी असायला हवे. बोटे मोडणे, कुचेष्टा करणे आणि कुत्सित शेरे देणे याने काही साधत नाही!

◆

मैत्रीचे निकष आणि मर्यादा

परवा माझ्या साधारण परिचयातले एक गृहस्थ माझ्याकडे आले आणि काहीतरी गुप्त, महत्त्वाची गोष्ट सांगावी अशा आविर्भावाने मला म्हणाले, 'अहो, ती अमकीतमकी तुमची अगदी जवळची मैत्रीण आहे ना?'

'हो. आहे.' मी काहीशा आश्चर्याने म्हणाले, 'मग? तिचं काय?'

'अहो, ती चक्क त्या अलाण्याफलाण्या बाईबरोबर हॉटेलमध्ये पाहिली मी. मारे चहा पीत, हसतखिदळत गप्पागोष्टी चालल्या होत्या दोघींच्या!'

'बरं मग?' मी आणखीच नवल वाटून विचारले. 'हॉटेलात दोघी गप्पा मारत होत्या. पुढं?'

'अहो पुढं काय म्हणून काय विचारता?' ते गृहस्थ सात्त्विक संतापाने मला म्हणाले, 'त्या अलाणीफलाणीनं मागं तुमच्या एका पुस्तकावर लिहिताना तुमची खूप टर उडवली होती. आठवतं?'

खरे म्हणजे मला फारसे काहीच आठवत नव्हते. शिवाय या गृहस्थांच्या संभाषणाचा रोख कोणत्या दिशेने चालला होता तेही मला कळेना. माझी सहनशक्ती संपुष्टात येऊ लागली. काहीसे चिडूनच मी त्यांना विचारले.

'पण हे सारं तुम्ही का सांगता आहात मला? तुम्हाला नेमकं काय म्हणायचं आहे?'

'म्हणायचं आहे काय?' गृहस्थांच्या संतापाचा पारा आणखी वर चढला. ते

तावातावाने म्हणाले, 'अहो, तुमच्या पुस्तकावर येवढ्या आकसानं तुटून पडणारी, इतकी कुत्सित टीका करणारी ती बाई, आणि तुमची अगदी जिवाभावाची म्हणवणारी ही मैत्रीण त्या टीकाखोर बाईबरोबर येवढ्या गंमतीनं, जिव्हाळ्यानं गप्पा मारत बसते. शोभतं का हे तिला? हेच मैत्रीला जागणं, इमान राखणं म्हणायचं का?'

'तुम्ही माझ्यात अन् माझ्या मैत्रिणीत भांडण लावायला आला आहात का?'

'भांडण असं नाही हो!' गृहस्थ काहीसे वरमून मला म्हणाले, 'आम्हाला आपली तुमच्याविषयी आपुलकी वाटते म्हणून सांगितलं. तुमच्या सख्ख्या मैत्रिणीनं तुमच्याशी द्रोह करावा!'

आमच्या या संभाषणाने पुढे कोणते वळण घेतले असते कुणास ठाऊक. पण नेमके त्याच वेळी माझ्याकडे आणखी कुणीतरी भेटायला आले. साहजिकच आमच्या आधीच्या बोलण्यात खंड पडला आणि माझ्याबद्दल आपुलकी बाळगून मला काही सुनवायला आलेले माझे ते हितचिंतक असलेले गृहस्थ काहीशा हिरमुसलेल्या चेहऱ्यानेच माझा निरोप घेऊन निघून गेले.

ते गृहस्थ गेले खरे पण त्यांच्या बोलण्यामुळे माझ्या मनात जी अस्वस्थता निर्माण झाली ती मात्र मला लौकर विसरता येईना. आपल्या मित्राचा शत्रू तो आपला शत्रू आणि आपल्या शत्रूचा शत्रू तो आपला मित्र असा काहीसा संकेत राजकारणात रूढ आहे म्हणतात. राजकारणातले चित्रविचित्र पेच सोडवण्यासाठी अशा संकेताची कदाचित आवश्यकताही असेल. पण रोजच्या साध्या दैनंदिन व्यवहारात त्याचा अवलंब कशासाठी करायचा? त्या गृहस्थांच्या मते ज्या अलाणीफलाणीने कधी काळी माझ्या कुठल्या तरी पुस्तकावर टीका केली होती तिच्याशी माझ्या मैत्रिणीने मैत्री करणे तर सोडाच, नुसते गप्पा मारत चहा घेणे सुद्धा अक्षम्य गुन्हा होता! आपल्या जिवलग मैत्रिणीवर अशा तऱ्हेची बंधने घालणे, तिच्या मतस्वातंत्र्यावर अशी गदा आणणे म्हणजे आपल्या मैत्रीची अवास्तव किंमत वसूल करणे नव्हे काय? माझ्या मैत्रिणीचे माझ्यावर प्रेम आहे याची मला पुरेपूर जाणीव आहे पण म्हणजे माझ्याशी जर कुणाचे काही बिनसले असेल तर त्याच्याशी तिने कसला संबंध सुद्धा ठेवायचा नाही? मैत्रीचे जर असे मूल्य वसूल करायचे असेल तर त्या मैत्रीला काय अर्थ आहे?

पण खरा प्रश्न हाही नव्हता. तो पुन्हा वेगळाच होता. ते गृहस्थ जे जे काही बोलत होते त्यातली तर्कदुष्टता त्यांना नसली तरी मला ढळढळीत दिसत होती. उदाहरणार्थ, त्या कुणा बिचाऱ्या अलाणीफलाणीने माझ्या कोणत्या तरी पुस्तकावर केलेली टीका. गृहस्थांच्या मते ती टीका आकसाने केलेली होती. कुत्सितपणे केलेली होती. आता ती टीका 'आकसाने' आणि 'कुत्सितपणे' च केली होती याला पुरावा काय? माझ्या हिताची चिंता बाळगणारे हे सद्गृहस्थ अगदी प्रामाणिकपणे

बोलत असतील. माझ्याविषयी त्यांना वाटणारी आपुलकीही अगदी निर्विवाद असेल. पण कोणत्याही साहित्यकृतीवर बरे-वाईट मत देण्याइतका साहित्याशी त्यांचा संबंध होता किंवा तसा त्यांचा अधिकार होता असे मी म्हणू शकत नाही. त्यांना राग आला होता तो तिने माझ्याविरुद्ध काही लिहावे याचा. हीच तिने माझी भरभरून स्तुती केली असती, मला अगदी प्रथम श्रेणीच्या कलावंतांमध्ये नेऊन बसवले असते, तर हे गृहस्थ अगदी खूश होऊन गेले असते आणि मग माझी मैत्रीण त्या टीकाकार अलाणीफलाणीशी कितीही जिव्हाळ्याने गप्पा मारत बसली असती तरी या गृहस्थांना त्यात आक्षेप घेण्याजोगे दिसले नसते. या सर्वांत गमतीची गोष्ट अशी की माझे कुठले पुस्तक त्या टीकाकार लेखिकेच्या टीकेला पात्र झाले होते आणि त्यात तिने आकसाने व कुत्सितपणे काय लिहिले होते याची आज खरोखरच मला आठवण राहिलेली नाही!

थांबा हं. मला इथे एका गोष्टीचा प्रथम खुलासा करायला हवा. त्या विशिष्ट टीकालेखाची, त्यातील आशयाची आज मला आठवण राहिलेली नाही ही गोष्ट अगदी खरी आहे. पण याचा अर्थ टीकेच्या बाबतीत मी अगदी उदासीन आहे, माझ्या लेखनाबद्दल कुणी काही उलटसुलट, वेडेवाकडे लिहिले तर ते वाचताना मी अगदी निर्विकार असते असे मात्र मला म्हणायचे नाही आणि म्हटले तरी त्यावर कुणी विश्वास ठेवणार नाही. गीतेत म्हटले आहे त्याप्रमाणे 'तुल्य-निन्दास्तुतिर्मौनी' या कोटीतली मी खचितच नाही आणि कुठलाही लेखक तसा असेल असे मला वाटत नाही. प्रतिकूल टीका वाचून एखादा भडक डोक्याचा लेखक चिडून आकाशपाताळ एक करील तर दुसरा एखादा शांत, समंजस वृत्तीचा लेखक अशी टीका वाचूनही आपला तोल सोडणार नाही. परंतु वाईट हे आतल्याआत दोघांनाही वाटणारच. मीही त्यांतलीच. माणसाचा, त्यातल्या त्यात लेखकाचा हळवेपणा, दुबळेपणा, संवेदनशीलता वगैरे वगैरे जे काही असेल ते थोड्याबहुत प्रमाणात माझ्याही ठिकाणी असणारच. प्रश्न तो नाही. प्रश्न आहे आपला एकूण सामाजिक व्यवहार सुरळितपणे चालण्याचा आणि तो तसा चालावा यासाठी आपण साऱ्यांनीच थोडा संयम, थोडी सहनशीलता अंगी बाणवण्याची गरज आहे असे मला वाटते.

आता हेच पाहा. माझी जिवलग मैत्रीण. तिचे माझे मानसिक साहचर्य अत्यंत दृढ आहे आणि तिचे माझ्यावरचे प्रेम हा माझा मोठा मानसिक आधार, दिलासा आहे यातही शंका नाही. पण म्हणून तिच्या प्रेमात इतर कुणाचीही भागी नसावी असा हट्ट मी कसा धरावा? तो माझा आप्पलपोटेपणा होणार नाही का? आणि माझे प्रेम जर असे आग्रही, आक्रमक, प्रत्येक क्षणी आपलाच अग्रक्रम असावा अशी अपेक्षा बाळगणारे असले तर कालांतराने मैत्रिणीलाच त्या मैत्रीचा वीट येणार नाही का? उदार, निरपेक्ष, सुंदर स्नेहभावनेला आम्ही दोघीही नंतर मुकणार नाही का? प्रेमात

अग्रक्रम प्रत्येकालाच हवासा वाटतो पण या भावनेचा अतिरेक झाला तर मग तिथे मत्सराचा प्रादुर्भाव होतो. नंतर भांडणे, चिडचिडेपणा, उणेदुणे बोलून दुसऱ्याला दुखवणे, येवढ्यातेवढ्या कारणावरून प्रेमाची शंका घेणे, ढळढळा रडणे असे आक्रस्ताळे प्रकार सुरू होतात. अशा या मत्सराच्या खडकावर अनेक सुंदर स्नेहाची तारवे आपटून फुटून गेल्याची उदाहरणे मला ठाऊक आहेत आणि ही तर झाली साध्या मैत्रीची गोष्ट. मग जिथे प्रियकर-प्रेयसीचे किंवा पतिपत्नीचे दृढ नाते असेल तिथे या आक्रमकतेचा - Possessiveness - चा शिरकाव झाला तर त्या शोकांतिकेला काही सीमाच राहात नाही.

तशीच माझ्या पुस्तकावर कधीकाळी कुणीतरी केलेल्या त्या टीकेची गोष्ट. शक्यता अशी आहे की त्या विशिष्ट लेखिकेने खरोखर तिला माझ्या पुस्तकाबद्दल जे प्रामाणिकपणे वाटले तेच लिहिले असेल. तिच्या दृष्टीने तेच माझे खरे मूल्यमापन असेल. मग केवळ ते प्रतिकूल होते म्हणून लगेच मी आकस, कुत्सितता वगैरे दोष त्या टीकेला चिकटवणे कितपत योग्य होईल? आता ती लेखिका माझ्या स्नेहातली किंवा विशेष जवळिकीतली नव्हती हे खरे. पण साहित्याच्या या लहरी, विक्षिप्त, बेभरवशाच्या क्षेत्रात अशी अनेक उदाहरणे मी प्रत्यक्ष पाहिलेली आहेत की आधी एकमेकांचे जिवलग दोस्त असलेले दोन लेखक मित्र, पण केवळ एकाने दुसऱ्याच्या पुस्तकावर प्रतिकूल टीका केली म्हणून त्यांची मैत्री संपुष्टात आली. इतकेच नव्हे तर ते एकमेकांचे कट्टर दुश्मन बनले. आता अगदी जवळचा मित्र झाला म्हणून काय झाले? त्याने तुमचे काही लेखन त्याला आवडले नाही तर तसे सांगायचे नाही? ते त्याने सांगितले तर त्याला लगेच बेईमान, कृतघ्न, हरामखोर, विश्वासघातकी अशा वेचक शिव्या द्यायच्या? त्यापेक्षाही त्याचा त्याला दुस्वास वाटतो आहे ना म्हणून अशी टीका करतो आहे! असा त्यांच्या टीकेचा विपर्यास करायचा? पण रागाच्या भरात माणसाला इतके तारतम्य राहणे कठीण असते. प्रेमाने आर्द्र झालेल्या मनोभूमीत मत्सराचे काटेरी रोपटे तात्काळ रुजते आणि एक सुंदर नाते कायमचे संपून जाते.

जगामध्ये सारेच काही सरळ, सुंदर, ऋजू, विलोभनीय नसते. इथे हेवेदावे आहेत. असूया आहे. मत्सर आहे. कुचकेपणा आहे. जे दुसऱ्याला मिळाले ते मला मिळाले नाही, कदाचित माझी लायकी त्याच्यापेक्षा अधिक असूनही मिळाले नाही या जाणिवेमुळे मनातून उमटणारे असंतोषाचे फणकारे आहेत. सारे काही आहे आणि मुख्य म्हणजे आपणांपैकी कुणीही साऱ्या मनोविकारांवर प्रभुत्व मिळवून स्थितप्रज्ञतेच्या पदवीला पोहोचलेला नाही. पण म्हणून तर मैत्रीचे महत्त्व, प्रेमाचे महत्त्व. त्याचा बळी देऊन मिळवावे इतके मोलाचे आणि आनंददायक असे दुसरे काही नाही. अगदी आपले आत्मप्रेमसुद्धा!

◆

जीवनाविषयी थोडेसे

ज्याने 'जीवन' हा प्रतिशब्द आयुष्यासाठी प्रथम वापरला तो माणूस मोठा रसिक आणि कल्पक असला पाहिजे. पाण्यालाही संस्कृतमध्ये 'जीवन' म्हणतात आणि मानवी जीवन हे पाण्यासारखेच असते. तसेच गतिमान, तसेच अखंड वाहणारे, तसेच पात्रानुरूप आकार बदलणारे. एकाला आपण 'शैशव' म्हणतो. एकाला आपण 'यौवन' हे नाव देतो. तर एकाला 'वार्धक्य' या नावाने संबोधतो. पण जीवनाचे हे तुकडे आपण कल्पिलेले असतात ते केवळ व्यवहाराच्या सोयीसाठी. प्रत्यक्ष जीवन असे तुकड्यातुकड्यांचे बनलेले नसते. इंद्रधनूचे निरनिराळे रंग जसे एकमेकांत मिसळून गेलेले असतात त्याप्रमाणे मानवी जीविताच्या विविध अवस्था परस्परांत गुरफटलेल्या असतात. शैशवावस्था संपण्यापूर्वीच यौवनाच्या गुलाबी छटा प्रकटत असतात आणि यौवनाचे फूल पूर्ण फुललेले असतानाच त्यावर वार्ध्यक्याची काळी सावली पडू लागलेली असते. जीवन हे असे सलग, संपूर्ण असते. आजचा दिवस घेतला तर त्याच्या मागेपुढे 'काल' आणि 'उद्या' हे दोघे भालदार, चोपदार खडे असतात. चालू क्षण मागच्या क्षणातून उमलतो आणि पुढच्या क्षणात विलीन होणार असतो. तात्पर्य काय, तर जीवनाला उद्देशून बोलताना भूतकाळ, भविष्यकाळ, यौवन, वार्ध्यक्य, काल आणि आज, हा क्षण आणि पुढचा क्षण असे त्याचे तुकडे पाडण्यात काही अर्थ नसतो. ते वाहत्या पाण्यासारखे सलग प्रवाही असते.

अखंडता हे जसे जीवनाचे एक प्रमुख वैशिष्ट्य आहे, त्याप्रमाणे सतत चालू

राहणे हे त्याचे दुसरे वैशिष्ट्य आहे. बादशहाने एकदा बिरबलाला विचारले होते म्हणे, 'क्षणभरही न थांबता रात्रंदिवस अखंड चालू राहणारी गोष्ट कोणती?' त्यावर बिरबलाचे उत्तर असे होते, 'अशी गोष्ट म्हणजे सावकाराचे व्याज' मला वाटते बादशहाच्या प्रश्नाला बिरबलाने 'मानवी जीवन' असे उत्तर दिले असते तरी ते तितकेच समर्पक ठरले असते. ऊन असो की पाऊस, सुख असो की दु:ख, दारिद्र्य असो की ऐश्वर्य, यौवन असो की वार्धक्य-जीवनाची गती कधी थांबत नाही. 'काळ कोणासाठी थांबत नाही' असे आपण म्हणतो, त्याचा अर्थही हाच आहे.

आणि काळ कुणासाठी थांबत नाही हेच एका परीने बरे आहे. तसा तो थांबत असता तर माणसाने आपल्या सुखोपभोगांची मर्यादा कमालीची वाढवली असती आणि आपल्या दु:खांचेही त्याने फार चोचले पुरवले असते. आज परिस्थिती अशी आहे की, सुख असले तरी त्याच्या उपभोगाची सीमा ठरलेली असते आणि दु:ख असले तरी तेही कधी ना कधी संपायचेच असते! म्हणून सुख भोगताना माणूस म्हणतो, 'हे सुखाचे दिवस हां हां म्हणता संपणार आहेत बरे!' आणि दु:खाने गांजलेला असतानाही तो स्वत:ला दिलासा देतो, 'हेही दिवस आज ना उद्या निघून जातील. ते कायमचे राहणार आहेत थोडेच?' सुखक्षणी माणसाला गंभीर, अंतर्मुख बनवणारी आणि दु:खाच्या क्षणी त्याची निराशा नाहीशी करून भावी काळाकडे त्याला अपेक्षापूर्ण वृत्तीने बघायला लावणारी ही जीवनगती म्हणजे एक अदुभुत शक्ती आहे, यात शंका नाही.

म्हणजे काय तर, जीवनाची अखंडितता आणि त्याची गतिमानता या दोन्ही गोष्टी ध्यानात घेऊनच माणसाने जगायला शिकले पाहिजे. जीवित म्हणजे असंख्य क्षणांचा गुंफलेला एक सुंदर हार आहे. यातला कुठलाही एकच क्षण वेगळा, सुटा करून तो आपण स्वतंत्रत: उपभोगू असे म्हणता काम नये आणि म्हटले तरी तसे करता येणार नाही. गेल्या क्षणी आपण जे करत असू, त्यातून चालू क्षण निर्माण होत असतो आणि चालू क्षणात आपण जे करत असू त्यावर पुढच्या क्षणाचे भवितव्य अवलंबून असते. आपल्याला पुष्कळदा असे वाटते की, जीवनाच्या या धाग्यातून एका क्षणाचा मणी सुटा करून घ्यावा आणि त्या एका क्षणाचाच मनसोक्त उपभोग घेत राहावे. पण असे मुळी करताच येत नाही. प्रत्येक क्षण मागच्या क्षणाला जबाबदार असतो. तो त्याच्या पोटातून जन्मलेला असतो. येवढी जर समजंस वृत्ती माणसाने ठेवली तर मला वाटते, त्याची पुष्कळशी दु:खे, पुष्कळसा पस्तावा कमी होईल.

कित्येक माणसे जीवनाबरोबर सारखी भांडत असतात. मला आयुष्यात अमुक गोष्ट अनुकूल असती तर मी असे केले असते, माझ्याजवळ इतका पैसा असता, तर मी अमुक कर्तृत्व गाजवले असते. मला अमुक संधी मिळाली असती, तर मी अमक्या गोष्टी निश्चित करून दाखवल्या असत्या, असे म्हणणारी कितीतरी माणसे

आपल्याला प्रत्यही बघायला मिळतात. जीवनावर रुसलेली, त्याच्याशी भांडणारी माणसे हीच.

या माणसांची मला कीव येते. जीवन आहे तसा त्याचा स्वीकार करण्याची त्यांची तयारी नसते आणि मग हेच नाही, तेच नाही असे त्यांचे रडगाणे अखंड चालू राहते. या उलट जीवनाने ज्यांना बऱ्याच गोष्टी नाकारल्या आहेत अशी काही माणसे आपल्या प्रबळ इच्छाशक्तीच्या जोरावर या साऱ्या प्रतिकूलतेवर मात करून काय काय तरी साधून जातात. सुप्रसिद्ध शास्त्रज्ञ थॉमस एडिसन हा बहिरा होता. पण संशोधन करताना मनाच्या एकाग्रतेसाठी त्याने या व्यंगाचाच आधार घेतला. नामवंत संगीतकार बेथोव्हन याने स्वत: बहिरा असूनही सुंदर 'सिंफनीज' सिद्ध केल्या. आंग्ल कवी मिल्टनचे आंधळेपण त्याच्या कवित्वरचनेच्या आड आले नाही. अशी कितीतरी उदाहरणे सांगता येतील. ही माणसे जीवनाविरुद्ध झगडण्याऐवजी जीवनाबरोबर जगत राहिली. जीवित आहे हे असे आहे. एका विशिष्ट मर्यादेपर्यंत मी ते बदलू शकेन. त्यापुढे ते मला बदलता यायचे नाही. ठीक आहे. तर मग त्या मर्यादेपुढे ते आहे तसाच मी त्याचा स्वीकार करीन आणि त्याच्या हातात हात घालून आनंदाने पुढे जाईन. ही भूमिका जर माणसाने पत्करली तर मग जे रुक्ष, उजाड, अर्थहीन वाटत असते त्यातूनही सुखाचे, आनंदाचे अनपेक्षित निर्झर फुटतात असा त्याला अनुभव येतो.

फार वर्षांपूर्वीची गोष्ट. हॉलिवुडमधल्या लेस्ली कॅरन नावाच्या नटीचे आत्मकथन मी वाचले होते. तिचे काही चित्रपटही पाहिले होते. 'बॅले' पद्धतीच्या नृत्यात तिने विलक्षण प्राविण्य संपादन केले होते. लेस्ली दिसायला फारशी देखणी नव्हती. तिचे दात खूप मोठे होते. या वैगुण्याबद्दल तिच्या बाळपणी तिची फार कुचेष्टा होई. वर्गातल्या मुली तिला हसत. त्या कुरूपपणामुळे लेस्ली एकलकोंडीही बनली. चार माणसांत जायचे टाळू लागली. स्वत:विषयी तिला पराकाष्ठेचा न्यूनगंड वाटू लागला. यामुळे तिची आई काळजीत पडली. मग तिने लेस्लीला नृत्याच्या वर्गात घातले. लेस्ली नृत्य शिकू लागली, तसतसे तिच्या ध्यानात येऊ लागले की रूप म्हणजे केवळ सुंदर चेहरा नव्हे. भरदार, रेखीव, चपळ बांधा हेही रूपच आहे. सुंदर मुखाइतकेच लवलवणारे अवयव, चापल्ययुक्त डौलदार हावभाव हेही स्त्रीला आकर्षक बनवतात. लेस्ली मन:पूर्वक नृत्य शिकू लागली. त्याबरोबर इतर कलांचेही तिला आकर्षण वाटू लागले. उत्तम साहित्य वाचणे, संगीत ऐकणे, शिल्पकृती बघणे, अभिजात कलावंतांनी बसवलेले नाट्यप्रयोग आवर्जून पाहणे या साऱ्यांचा आनंद लुटता लुटता आपल्या दिसण्याबद्दलचा तिचा मनोगण्ड केव्हा नाहीसा झाला तिचे तिलाही कळले नाही. एक सुसंस्कृत, रसिक, अभिजात व्यक्तिमत्त्व तिने परिश्रमपूर्वक सिद्ध केले आणि पुढे नर्तकी, अभिनेत्री म्हणून तिने नावही मिळवले.

लेस्ली कॅरनवरून आठवण झाली. अभिनयाच्या क्षेत्रात काम करणाऱ्या कलावंतांचे एक प्रसिद्ध घोषवाक्य आहे-The show must go on-'खेळ चालू राहिलाच पाहिजे.' नाटकाचा खेळ कधी बंद पडता कामा नये. अमुक दिवशी, अमुक वेळी तुमचे नाटक किंवा गाणे किंवा नृत्य व्हायचे असेल तर त्यावेळी तुमच्या खाजगी जीवनात वाटेल ती दुःखद घटना, वाटेल तो भावनिक उत्पात झालेला असो, ठराविक घटकेला तुम्ही आपल्या प्रेक्षकांसमोर उभे राहिलेच पाहिजे, तुमच्या कलेचा आविष्कार तुम्ही त्यांच्यासमोर केलाच पाहिजे. The show must go on ! खेळ झालाच पाहिजे!

जीवन जगताना ध्येयवाक्य म्हणून कोणते वचन पुढे ठेवले पाहिजे, असे जर कुणी मला विचारले तर मी हेच वाक्य त्या व्यक्तीला सांगेन. या जगात प्रत्येक पुरुषाला आणि प्रत्येक स्त्रीला, ईश्वराने म्हणा, निसर्गाने म्हणा, समाजाने म्हणा त्याचे किंवा तिचे असे काही ठराविक काम नेमून दिलेले आहे. हे काम करताना आपली खाजगी सुखदुःखे, विचारविकार, अडचणी, संकटे काहीही त्यांनी आड येऊ देता कामा नये. अडचणी येतात. त्या यायच्याच. संकटे येतात. तीही यायचीच. पण त्या अडचणींना किंवा त्या संकटांना आपल्या ठरीव कर्तव्याआड आपण कधीही येऊ देता कामा नये.

भगवद्गीतेत श्रीकृष्णांनी ज्या स्थितप्रज्ञ वृत्तीचे वर्णन केले आहे, तिचे स्वरूपही काहीसे असेच असावे. स्थितप्रज्ञ कुणाला म्हणावे? जो बाह्य सुखदुःखांमुळे आपली आन्तरिक शांती ढळू देत नाही त्याला. पण त्याचा अर्थ बाह्य सुखदुःखांचा त्या माणसाच्या मनावर काही परिणाम होत नसतो, असा मात्र नाही. इतर सर्वसामान्य माणसाप्रमाणे स्थितप्रज्ञ माणसाच्या मनालाही सुखदुःखाची आंदोलने मिळतच असतील. पण आपणांसारख्या माणसांत आणि स्थितप्रज्ञात फरक हाच की, आपण येवढ्या तेवढ्या प्रतिकूल परिस्थितीतही हातपाय गाळून बसतो. तर स्थितप्रज्ञ माणूस सुखाचा व दुःखाचा कोणताही प्रसंग जीवनात वाट्याला आला तरी तो त्याचा आपल्या नियत कर्तव्यावर काही परिणाम होऊ देत नाही.

लोकमान्य टिळक यांची एक कथा या संदर्भात कुणालाही सहज आठवते, ती अशी आहे. प्लेगच्या साथीत लोकमान्यांच्या मुलाचे निधन झाले. त्यावेळी मुलाला स्मशानात पोचवून आल्यावर लगेच ते 'केसरी' चा अग्रलेख लिहायला बसले! पुत्रशोकाच्या अथांग सागराचे एका घोटात आचमन घेऊन त्यांनी जीवनातील नित्याची कर्तव्ये करावयास प्रारंभ केला. 'गीतारहस्य' लिहिणाऱ्या लोकमान्यांनी स्थितप्रज्ञ वृत्तीचे मर्म कसे आत्मसात केले होते हेच ही कथा आपल्याला सांगत नाही काय? शेवटी खेळ चालू राहिला पाहिजे. मग तो रंगमंचावरचा असो, की जीवनाच्या मंचावरचा असो!

ऐसा सर्वांगे सुंदरू।
तयासी माझा नमस्कारू

कोणत्याही मंगल कार्याच्या प्रारंभी श्रीगणेशाला वंदन करून त्याच्या कृपाप्रसादाची याचना करावी ही आपल्याकडची एक पुरातन प्रथा आहे. पूर्वीच्या संतकवींची भाष्यकाव्ये काय किंवा नंतरच्या पंडित कवींची आख्यानकाव्ये काय, त्यांच्या सुरुवातीला गणेशवंदन आणि त्याचे स्तवन हे हमखास आढळते. गणपती हा सर्व विद्यांचा दाता. सर्व कलांचा मूळ आरंभ. शब्दब्रह्माचे मूर्त रूप असलेला ओंकार. त्याचे वर्णन करताना प्रत्येक कवीची प्रतिभा उचंबळून यावी आणि आपले सारे शब्दलाघव, कल्पनावैभव खर्ची घालून त्याने आपापल्या परीने त्याचे रूपचित्र रेखाटावे, हे अगदी स्वाभाविक आहे. पूर्वीच्या संतपंडितांच्या काव्यांत गणपतीची अशी चित्रमय वर्णने सर्वत्र दिसून येतात.

ज्ञानदेवांनी आपल्या ज्ञानेश्वरीचा प्रारंभ गणेशवर्णनाने केला आहे. संपूर्ण शब्दब्रह्मावर त्यांनी गणपतीचे अतिशय हृद्य असे रूपक बसवले आहे. ‘अकार चरणयुगुल । उकार उदर विशाल । मकार महामंडल । मस्तकाकारे’ म्हणजे ओम् हाच गणेशाचा रूपाकार आहे, असे ते म्हणतात आणि मग ‘हे तिन्ही जेथ एकवटले । तेथ शब्दब्रह्म कवळले । ते मिया श्रीगुरुकृपा नमिले । आदिबीज’ या शब्दांत ते गणपतीला म्हणजेच संपूर्ण वाङ्मयाला वंदन करतात. या भव्य रूपकामध्ये श्रीगणेशाचे विविध अवयव, त्याची वेषभूषा, त्याचे अलंकार यांच्या जागी शब्द, प्रबंध, सिद्धांत, काव्य, नाटके अशा विविध वाङ्मयप्रकारांची चपखल योजना

करतात. ज्ञानदेवांचा हा वाङ्मयरूप गणेश सुंदर आहे यात शंका नाही.

ज्ञानदेवांनी केलेले हे रूपक मार्मिक, अर्थपूर्ण, चित्तवेधक आहे. पण व्यक्तिश: मला स्वत:ला श्री समर्थ रामदास यांच्या 'दासबोधा' त प्रारंभीच भेटणारा गणपती अधिक आवडतो. समर्थ खरे तर रामभक्त. पण गणपतीची जी शब्दचित्रे त्यांनी वेळोवेळी रेखाटली आहेत ती फार आकर्षक आहेत. 'गणाधीश जो ईश सर्वा गुणांचा। मुळारंभ आरंभ जो निर्गुणाचा' असे म्हणताना समर्थ गणपती हा गुणांचा ईश आहे आणि निर्गुणाचा मूळ आरंभ आहे, असे अत्यंत मार्मिक विधान करतात आणि सगुणनिर्गुण एकत्र आणतात.

मराठीत अनेक जुन्या-नव्या कवींनी गणपतीच्या आरत्या लिहिल्या आहेत. आणि त्या आपापल्या परीने चांगल्याही आहेत. परंतु आपण पिढ्यान् पिढ्या रामदासांनी रचलेली जी पारंपरिक आरती गणपतीपुढे म्हणत आलो आहोत तिला अद्यापही तोड नाही. शब्दसौंदर्य आणि नादसौंदर्य यांचा विलक्षण सुंदर मेळ तीत पडलेला आहे. या आरतीत गणेशाचे गुणवर्णन तर आहेच पण लघुगुरू मात्रांची यथोचित योजना करून रामदासांनी तिच्यामध्ये जी नादमयता निर्माण केली आहे ती केवळ असाधारण आहे. 'रुणझुणती नुपुरे चरणी घागरिया' किंवा 'लंबोदर पीतांबर फणिवबंधना । सरळ सोंड वक्रतुण्ड त्रिनयना' अशा या आरतीतल्या ओवी पारंपरिक चालीवर आपण मोठ्याने म्हणून पाहिल्यावर या नादमयतेचा आपल्याला प्रत्यय आल्यावाचून राहात नाही.

पूर्वपरंपरेला अनुसरून समर्थ रामदासांनी 'दासबोधा' त प्रारंभी गणेशवंदन केले आहे. पहिल्या दशकातला दुसरा समास हा गणेशवंदनाचा आहे आणि तिथे तीस ओव्यांमध्ये रामदासांनी श्रीगणेशाचे अप्रतिम चित्र रेखाटले आहे. गणेशवंदनाची प्रथा पूर्वकवींना अनुसरून इथे पाळलेली असली तरी रामदासांचा गणेश मात्र कोणत्याही आधीच्या गणेशासारखा नाही. त्याचे शब्दचित्र रामदासांनी आपल्या कल्पनेनुसार केले आहे. या गणेशाचे पहिले वैशिष्ट्य म्हणजे तो अगदी जिवंतपणे आपल्याला जाणवतो. त्याच्याभोवती रामदासांनी कोणतेही दैवी किंवा आध्यात्मिक वलय निर्माण केलेले नाही. अगदी सुरुवातीलाच रामदास म्हणतात-

जयाचे आठविता ध्यान । वाटे परम समाधान
नेत्री रिघोनिया मन । पांगुळे सर्वांगी ।।
सगुण रूपाची टेव । महालावण्य लाघव
नृत्य करिता सकळ देव । तटस्थ होती ।।

या ओव्यांतूनच रामदासांच्या गणेशाचे वेगळेपण जाणवते. तो सगुण, देहधारी आहे. त्यामुळे त्याचे ध्यान सहजपणे आठवते. तो डोळ्यांतून मनात शिरतो आणि त्या दर्शनानंदाने वृत्ती विगलित होऊन जातात. तो लावण्यसंपन्न आहे. आनंदाने नृत्य

करत आहे. ते नृत्य इतके सुंदर आहे की ते बघताना स्वर्गातले देवही तटस्थ होतात. त्यांचे भान हरपते.

या वर्णनातून जाणवते की, वंदन करण्यासाठी रामदासांनी 'नृत्यगणपती' आपल्यासमोर ठेवला आहे. आपल्याकडे गणपतीची अनेक ध्याने मानलेली आहेत. बालगणपती, महागणपती, नृत्यगणपती अशी ती ध्याने आहेत. त्यांपैकी नृत्यगणपती वंदनासाठी निवडण्यात रामदासांची रसिकता आणि सौंदर्यप्रीती दिसून येते. हा गणपती कसा आहे? तो मदोन्मत्त असून आनंदाने डोलत आहे. त्याची मूर्ती प्रचंड आहे आणि विशाल मस्तकावर शेंदूर चर्चिलेला आहे. त्याच्या गंडस्थळाभोवती मदस्त्रावामुळे सुगंध दरवळत आहे. आणि त्या सुगंधाने मोहून भ्रमरांचे समुदाय गुंजारव करीत त्यावर झेपावत आहेत.

गणपतीचे यथातथ्य चित्र रेखाटताना तो गजवदन आहे याचे अवधान रामदासांनी राखले आहे. म्हणून मदस्त्राव करणारी गंडस्थळे, मुरडलेला शुंडादंड आणि त्याचे फडकणारे विशाल कान याचे अत्यंत चित्रदर्शी वर्णन ते करतात. त्या दृष्टीने या दोन ओव्या बघाव्यात-

मुर्डीव शुंडादंड सरळे । शोभे अभिनव आवाळे
लंबित अधर तीक्ष्ण गळे । क्षणक्षणा मदसत्त्वी
चौदा विद्यांचा गोसावी । हरस्व लोचन ते हिलावी
लवलवीत फडैकावी। फडै फडै कर्णथापा

या वर्णनातून सोंड मुरडलेला, आपले 'ऱ्हस्व' म्हणजे बारीक डोळे हलवणारा आणि लवलवीत मऊ असे विशाल कान उत्साहभराने फडकावणारा गजमुख गणेश साक्षात डोळ्यांसमोर उभा राहतो. 'लवलवीत फडैकावी । फडै फडै कर्णथापा' या वर्णनातून तर गणपतीच्या फडकत्या कानांचा नाद देखील आपण ऐकतो आहोत असे वाटते!

गणपतीच्या रूपाचे असे सुंदर वर्णन करताना रामदास त्याच्या अंगावरील विविध अलंकार, कासेचा पीतांबर, गळ्यातल्या कुसुममाळा आणि हातांमधली वेगवेगळी आयुधे यांचेही तपशीलवार संदर्भ देतात. त्याच्या मस्तकावर रत्नजडित किरीट आहे. त्या रत्नांचे किरण फाकले आहेत. नील रत्नांची कुंडले कानात चमकत आहेत. त्याचे सुळे घट्ट व शुभ्र असून त्यांना सोन्याची कडी घातली आहेत. त्याच्या लवथवत्या उदरावर पीतांबर कसलेला आहे आणि कंबरपट्ट्यावर जडवलेल्या छोट्या सुवर्णघंटिकांचा मंद मंद नाद उमटत आहे, असा सालंकार सुंदर गणेश या तपशिलांतून समर्थ आपणांसमोर उभा करतात. या वर्णनाच्या आनुषंगाने एक अतिशय चित्रमय ओवी ते लिहून जातात. गणपतीने सोन्याचा कंबरपट्टा तर घातला आहेच; पण त्याने पीतांबरावर कमरेला एक नागही बांधलेला आहे. कसा आहे तो नाग?

चतुर्भुज लंबोदर । कासे कसिला पीतांबर
फडके दोंदिचा फणिवर । धुधु:कार टाकी
डोलवी मस्तक जिव्हा लाळी । घालून बैसला वेटाळी
उभारोनि नाभिकमळी । टकमका पाहे

गणपतीच्या पीतांबरावर कमरेला वेटोळे घालून बसलेला हा नाग मस्तक डोलावत आहे. जीभ चटचट बाहेर काढत आहे आणि नाभिकमळावर फणा उभारून टकमक बघत आहे! रामदासांनी केलेले हे नागाचे वर्णन स्वभावोक्ती अलंकाराचा एक सुंदर नमुना आहे. त्याबरोबर त्यांनी काढलेल्या गणेशाच्या सुंदर शब्दचित्राला या नागाने एका भीमभयानकाचाही स्पर्श घडवला आहे!

रामदासांनी वंदनासाठी नृत्यगणपतीची ही जी निवड केली आहे तीही मोठी मार्मिक आहे. त्यांचा हा नर्तनशील गणेश नृत्यानंदाने अगदी बेहोष झाला आहे. तो 'नटनाट्य कलाकुसरी । नाना छंदे नृत्य करी' असा आहे. नृत्यामध्ये तन्मय झालेल्या गणेशाचे हे चित्र हालतेडोलते, गतिमान आणि अतिशय देखणे आहे. त्यातले चैतन्य आपल्या हृदयाला स्पर्शून गेल्याशिवाय राहात नाही. गणपतीच्या नृत्याचे वर्णन करताना नृत्याच्या संदर्भातले अनेक शास्त्रीय तपशील समर्थ रामदास आपल्याला देतात. उदाहरणार्थ

नटनाट्य कलाकुसरी । नाना छंदे नृत्य करी
टाळ मृदांग भरोवरी । उपांग हुंकारे ॥
स्थिरता नाही एक क्षण । चपळविषयी अग्रगण.
साजिरी मूर्ती सुलक्षण । लावण्यखाणी ॥
रूणझुणा वाजती नूपुरे । वाकी बोभाटती गजरे
घागरियासहित मनोहरे । पाऊले दोन्ही ॥
ईश्वरसभेस आली शोभा । दिव्यांबरांची फाकली प्रभा
साहित्याविषयी सुल्लभा । अष्ट नायिका होती॥

श्रीगणेश हा नृत्यानंदाच्या ऐन भरात आला आहे. तो अत्यंत कुशलतेने आणि नाना छंदांच्या तालावर नृत्य करत आहे. टाळ, मृदंग ही वाद्ये साक्षीला आहेत. नृत्य करताना गणपती मधून मधून हुंकार देत आहे. त्याचे नृत्यचापल्य इतके विलक्षण आहे की तो एक क्षणभरही स्थिर राहात नाही! वाद्यांच्या जोडीला त्याच्या पायांतली नुपूरे रुणझुणत आहेत. दंडांतल्या वाक्यांना लावलेल्या घुंगरांचा गजर होत आहे. दोन्ही पावले नर्तन करताना पायांतील भूषणांच्या घागऱ्यांचाही मंजुळ नाद उमटत आहे. या साऱ्या वर्णनात गती, नाद, लय यांचा मनोहर मेळ जमला आहे. श्रीगणेशाचे हे सुंदर नृत्य बघताना ईश्वरसभेला शोभा आली आणि सारे देव तटस्थ होऊन अनिमिष नेत्रांनी हा सोहळा बघत राहिले, तर त्यात नवल ते काय? रामदास

स्वत: मनाने हा नृत्यगणपती बघतात. ते सुंदर ध्यान वाचकांपुढे अत्यंत प्रत्ययकारी रीतीने उभे करतात आणि मग समर्थांच्या सुरात सूर मिसळून आपणही म्हणू लागतो-

ऐसा सर्वांगे सुंदरू । सकळ विद्यांचा आगरू।
तयासी माझा नमस्कारू । साष्टांग भावे ॥

◆

पाथरवट, खोडाबिडी वगैरे

माझ्या लहानपणी मी वाचलेले पहिले पुस्तक 'अद्‌भुत कथा' या नावाचे होते. त्याचे दोन भाग होते. त्यांना पिंगट रंगाची कव्हरे होती आणि आत कथांच्या अनुषंगाने सुंदर रेखाचित्रे होती. 'अद्‌भुत कथां' चे दोन्ही भाग मला फार आवडले आणि मी ते पुन: पुन्हा वाचले. त्यातल्या एका कथेत 'पाथरवट' हा शब्द आला. मला त्याचा अर्थ कळला नाही. माझ्या सातआठ वर्षे वयाच्या मानाने मला माहीत असलेला शब्दसंग्रह बऱ्यापैकी होता. पण त्यात 'पाथरवट' हा शब्द कधीच कुठे भेटला नव्हता. मी माझ्या आजोबांना त्याचा अर्थ विचारला आणि त्यांनी 'पाथरवट म्हणजे दगड फोडणारा' हा अर्थ मला सांगितला. त्याबरोबर आमच्या घरच्या मागल्या बाजूला भल्या मोठ्या वडाच्या गर्द सावलीत दुपारच्या वेळी दगड फोडत बसणारे काही पाथरवटही मला दाखवले. घामाने डबडबलेली त्यांची निबर तोंडे, दगड फोडताना त्यांच्या काळ्या दंडांतल्या पीळदार स्नायूंची होणारी नेमकी हालचाल, मध्येच काम थांबवून तळहातावरची चुन्यात चोळलेली तंबाखूची चिमूट तोंडात टाकताना चालणाऱ्या त्यांच्या गप्पा आणि खळखळून हसणे हे सारे कधी नव्हे इतक्या बारकाईने मी बघत राहिले. मला दगड माहीत होता. माणसे माहीत होती. चुन्यात मळलेली तंबाखूची भुकटी कुणी कुणी चवीने चघळतात हे सुद्धा मला माहीत होते. पण दगड फोडणाराला पाथरवट म्हणतात हे ज्ञान त्या दिवशी मला प्रथमच झाले आणि मग वडाच्या सावलीत नेहमी नजरेस पडणाऱ्या त्या दृश्याला एक वेगळीच

अर्थपूर्णता प्राप्त झाली.

तर 'पाथरवट' हा आयुष्यात पहिल्यांदा पुस्तकाच्या पानांतून मला आपली ओळख पटवून देणारा शब्द. त्यानंतर असे अनेक शब्द मला पुस्तकांतून भेटत गेले. त्यांचे अर्थ माझ्या ज्ञानात भर घालू लागले. हळूहळू त्यांची माझी दोस्ती जमत गेली. ते शब्द आजही आठवतात. ते जसे मला काही शिकवत तसे कधी कधी माझ्या पूर्व समजुतीमुळे आणि अपुऱ्या जाणिवेमुळे माझ्या मनात गोंधळही निर्माण करत. आमच्या क्रमिक पुस्तकांतून असे किती तरी शब्द भेटले. मराठी दुसरीच्या किंवा तिसरीच्या मराठीच्या पुस्तकात कुणा एका पुंड्याचा धडा होता. हा पुंड्या फार खादाड होता. एकदा त्याच्या आईने खीर केली. जेवणाच्या वेळी घरातल्या साऱ्या माणसांबरोबर ती पुंड्यालाही वाढली. पण तेवढ्या खिरीने पुंड्याचे समाधान होईना. तो आपल्याला वाडगाभर खीर हवी. म्हणून आईपाशी हट्ट धरून बसला. आईने त्याची समजूत घालण्याचा प्रयत्न केला पण पुंड्याचे आपले एकच गाणे चालू राहिले. तेव्हा, आईने रागारागाने त्याला एका खोलीत कोंडून ठेवले. मग तिथे त्याला विंचू चावला. पुंड्याला त्याच्या हट्टाबद्दल शिक्षा मिळाली. सगळी गोष्ट मला व्यवस्थित कळली. पण तिच्यात एके ठिकाणी लिहिले होते, 'खोलीत कोंडल्यावर तिथे पुंड्याची अगदी खोडाबिडी झाली. तो 'खोडाबिडी' शब्द मला काही केल्या उमगेना. आमचा महादू गडी बिड्या ओढत असे. तेव्हा बिडी म्हणजे काय हे मला चांगले ठाऊक होते. पण 'खोडाबिडी' म्हणजे काय? पुन्हा आजोबाच माझ्या मदतीला धावून आले. जुन्या काळी एखाद्या माणसाने काही गुन्हा केला तर त्याला खोड्यात अडकवून ठेवत. शिवाय त्याच्या हातात म्हणे बेड्याही घालत. आजोबांनी हे सारे मला समजावून सांगितले. 'बिडी' ओढायची असते पण 'बेडी' या शब्दाचेही ते एक रूप होऊ शकते हे मला कळले आणि 'खोडाबिडी' या शब्दाचा अर्थ मनात नीट उलगडत गेला.

लहानपणी मी आईबरोबर तिच्या माहेरी म्हणजे माझ्या आजोळी गेले की आजोबा माझ्यासाठी लहान लहान, सोपी, मुलांना वाचायला आवडतील अशी पुस्तके खरेदी करत. 'अद्‌भुत कथां' च्या बरोबर त्यांनी माझ्यासाठी 'सचित्र इसापनीती' आणली होती. ती मला अतिशय आवडली. तिच्यातल्या गोष्टींचा टाइप ठसठशीत होता आणि चित्रेही तशीच, बाळबोध वळणाची होती. 'इसापनीती' तल्या कथांची मी अगदी पारायणे केली. प्राण्यांचे एक नवे जग माझ्यासमोर उघडले. त्यातले वाघसिंहासारखे रानटी किंवा कुत्र्यामांजरांसारखे घरगुती पाळीव प्राणी माझ्या चांगले ओळखीचे होते. परंतु काही प्राण्यांची नावे मी कधी ऐकलेली सुद्धा नव्हती. 'लावी पक्षीण आणि तिची पिल्ले' ही कथा 'इसापनीती' त मी वाचली. पण लावी पक्षीण कशी असते ते आजपर्यंत मला माहीत नाही. लावा पक्ष्याची मादी म्हणजे लावी

येवढे मला कळले पण प्रत्यक्षात हे पक्षी कधी बघायला मिळाल्याचे आठवत नाही. 'इसापनीती' त जसे अपरिचित प्राणी भेटले तसे अनोळखी शब्दही खूप वाचायला मिळाले. 'नकल्या आणि गावंढेकरी' अशी एक गोष्ट 'इसापनीती'त वाचल्याचे आठवते. एका नकल्याने डुकराच्या ओरडण्याची हुबेहूब नक्कल केली तेव्हा लोकांना त्याचे फार कौतुक वाटले. दुसऱ्या दिवशी एका खेडवळ माणसाने तशीच नक्कल करून दाखवली तेव्हा लोकांनी त्याची फजिती केली. मग त्या खेडवळ माणसाने घोंगडीत लपवलेले डुकराचे पिल्लू बाहेर काढले आणि त्याचा कान आपण ओढल्यामुळे ते कसे केकाटत होते याचे प्रात्यक्षिक लोकांना करून दाखवले. लोक खजील झाले. गोष्ट मला चांगली समजली. माणसे नकलेला भुलतात आणि अस्सलाला खोटे ठरवतात हे जगाचे विपरीत रूपही थोडेफार उमगले पण 'गांवढेकरी' हा शब्द मात्र काही केल्या ओळखीचा होईना. खेडवळ माणूस हा त्याचा अर्थ संदर्भाने ध्यानात आला पण गाव, गांवढे, गांवढेकरी ही शब्दमालिका तोवर कधी कानावरच पडली नव्हती. गंमत अशी की हा गांवढेकरी शब्द देखील 'इसापनीती' च्या बाहेर पुन्हा कधी मला भेटला नाही.

'इसापनीती'तली आणखी एक गोष्ट मला असेच कोडे घालून गेली. दुपारच्या वेळी रानात हिंडून थकलेला कामदेव विसावा घेण्यासाठी एका गुहेत जातो. तिथे आपला भाता काढून ठेवून तो तिथे झोपतो. भात्यातले काही बाण बाहेर सांडतात. आपली झोप झाल्यावर कामदेव उठतो आणि हाताला येतील ते बाण भात्यात भरून गुहेबाहेर पडतो. ती गुहा मृत्यूची असते. त्याचेही काही बाण तिथे अस्ताव्यस्त पसरलेले असतात. बाणांची सरमिसळ होते. तेव्हा मृत्यूचे काही बाण कामदेव आपल्या भात्यात भरतो. आणि त्याचे तिथे सांडलेले काही बाण पुढे मृत्यू आपल्या भात्यात ठेवतो. गोष्टीच्या शेवटी इसापाने तात्पर्य काढले होते ते असे,. 'म्हणून काही माणसे ऐन तारुण्यात मृत्यूला बळी पडतात तर काही वृद्ध माणसे कामचेष्टा करताना आढळतात.' या गोष्टीचा आशय या वयात मला मुळीच कळला नव्हता. कामदेव म्हणजे कोण हे मला ठाऊक नव्हते त्याप्रमाणे म्हातारी माणसे कामचेष्टा करतात म्हणजे काय करतात याचाही पत्ता नव्हता. शब्द 'कामचेष्टा' हा कदाचित नसेल पण तशाच काही अर्थाचा होता. पण 'कामदेव' आणि 'कामचेष्टा' या शब्दांचे अर्थच तेव्हा ठाऊन नव्हते तर गोष्टीचा तरी अर्थ मला कसा कळणार? तिचे स्वारस्य पुढे अनेक वर्षांनी मला उमगले. मृत्यू आणि कामवासना यांच्या विपरीततेचा किती काव्यमय आणि कारुण्यपूर्ण अर्थ इसापाने या कथेत लावला आहे! पण तो उमगण्याचे ते वयच नव्हते.

'अद्‌भुत कथा', 'इसापनीती' यांसारखी गोष्टींची पुस्तके, क्रमिक पुस्तकांतले गद्य धडे हे पुष्कळसे समजायचे आणि आवडायचेसुद्धा. पण क्रमिक पुस्तकात

अभ्यासासाठी ज्या कविता नेमलेल्या होत्या त्या मात्र माझी अगदी तारांबळ उडवत. त्यांतले काही शब्द मला मुळीच उमगत नसत. आणि अर्थ न कळल्यामुळे आवडतही नसत. अगदी प्रारंभीच्या, पहिल्या-दुसरीच्या पुस्तकात कुठे तरी एका लहान काळ्या मुंगीला 'गोधूमा' चा दाणा सापडल्याची नवलकथा कवितेतून सांगितलेली होती. संस्कृत भाषेचा गंधही नसलेल्या वयात 'गोधूम' म्हणजे गहू हे आमच्यासारख्या अज्ञ बालकांना कसे कळावे? त्याप्रमाणेच 'प्रफुल्ल होऊन सुपुष्प ठेले' या ओळीतला 'ठेले' हा कर्णकटु शब्द कवीने का वापरला असेल याचाही उलगडा आजतागायत झाला नाही. आणि 'फूल फुलून राहिले होते' हा गोळाबेरीज अर्थ शिक्षकांनी वर्गात समजावून सांगितला असला तरी 'ठेले' हे क्रियापद व्याकरणाच्या कोणत्या नियमांनुसार सिद्ध झाले आहे ते आज देखील मला नीटसे माहीत नाही. 'बहिर्जी नाईक' या चतुर हेरावरची एक कविता आम्हांला कुठेतरी अभ्यासाला होती. मला वाटते, महादेव मोरेश्वर कुंटे यांच्या 'राजा शिवाजी' या महाकाव्यातून तो उतारा घेतलेला होता. त्या कवितेत बहिर्जीचे वर्णन करताना 'दिसे शक्ति अंगात तक्वा उदंड' अशी ओळ होती. तिचा, विशेषत: 'पक्व' प्रमाणे लिहिलेल्या त्या 'तक्वा' शब्दाचा मला अतोनात राग येई. मुळात 'तकवा' या शब्दाचाही तेव्हा परिचय झालेला नव्हता मग त्याला खेचून पिरगाळून केलेले 'तक्वा' हे त्याचे रूप तर काहीच्या काहीच वाटल्यास त्यात नवल नव्हते. एका उपदेशपर कवितेत 'गंजीफा कधी खेळू नका' कारण 'ते खेळ गादीवर बैसण्याचे' असे कवी तळमळीने सांगता होता. पण वर्गातल्या कुणीही गंजीफा कधी पाहिलेला नव्हता. मग तो खेळ गादीवर बसून खेळावा हे कुणाच्या मनात तरी कसे येणार? त्याच कवितेत पुढे आणखी दोन ओळी होत्या, 'त्या सोंगट्या भांडण लाविताती । होई न तत्संगति सौख्यदाती.' सोंगट्या आमच्या घरात खेळल्या जात. त्या खेळताना भांडाभांडी, चिडाचिडी होई आणि कधी कधी कुणी रागाने पट उधळून देण्यापर्यंत माणसांची मजल जाई. तेव्हा 'सोंगट्या भांडणे लावतात,' या गोष्टीचा मला चांगला प्रत्यय आलेला होता. पण इतक्या साध्या, सोप्या, ज्याचा अर्थ सहज कळेल अशा ओळीनंतर 'होई न तत्संगति सौख्यदाती' इतकी अवघड ओळ कवीने का लिहिली, विशेषत: तो 'सौख्यदाती' सारखा बिकट शब्द त्याने कशासाठी वापरला याचे मला कोडे पडे.

आता तेव्हाची आणखी एकच आठवण सांगते. शब्द केवळ अपरिचित असल्यामुळेच नव्हे तर त्यांची अंतर्गत परस्परसंगती न कळल्यामुळेही मनात कसा गोंधळ निर्माण होऊ शकतो याचा त्या शाळकरी वयातच आलेला हा अनुभव. आम्हांला तुकारामांचा एक अभंग अभ्यासाला होता. 'का रे नाठवीसी कृपाळू देवासी। पोषितो जगासी । एकलाची ।।' त्यात एक ओळ होती, 'कोणे केली बाळा दुग्धाची

उत्पत्ती । वाढवी श्रीपती सवे दोन्ही,' या ओळीमध्ये 'बाळा' हे मला तुकारामांनी आम्हां लहान मुलांना उद्देशून वापरलेले संबोधन वाटे आणि मी त्या ओळीचा अर्थ असा लावी, 'अरे बाळा, (मातेच्या स्तनात) दुधाची उत्पत्ती कुणी केली.' पण मग पुढच्या ओळीमुळे मनात घोटाळा निर्माण होई, 'श्रीपती ज्यांना 'सवे' म्हणजे बरोबर वाढवतो ते दोघे कोण?

हे कोडे कॉलेजात जाईपर्यंत मला उलगडले नव्हते. तिथे गेल्यावर मात्र प्राध्यापकांनी तुकारामांच्या त्या ओळीचा असा अर्थ सांगितला, 'आईच्या उदरात बाळ आणि स्तनांत दूध या दोहोंची व्यवस्था परमेश्वर करतो आणि त्या दोघांना तो बरोबरच वाढवतो!' तेव्हा त्या ओळींचा नेमका अर्थ उलगडला.

◆

एक कवी : तीन कविता

त्याच्या फक्त तीन कविता मी आतापर्यंत वाचलेल्या आहेत. त्याही अनुवादांच्या द्वारा आणि तरीही तो मला फार आवडणाऱ्या कवींपैकी एक आहे. तो चिनी कवी आहे. त्याचे नाव ली ताई पो. ली ताई पोविषयी मला काही, म्हणजे काहीही माहीत नाही. तो चीनमध्ये कोणत्या काळात होऊन गेला, चिनी साहित्यात कवी म्हणून त्याचे काय स्थान वा दर्जा आहे, त्याच्या कवितेत त्याचे कोणते स्वभावगत गुणविशेष प्रकट झाले आहेत त्यासंबंधीचे माझे ज्ञान शून्य म्हणावे असे आहे. चिनी भाषा ही, बहुतेक मराठी वाचकांप्रमाणे किंबहुना भारतीय वाचकांप्रमाणे म्हटले तरी चालेल, मला पूर्णपणे अगम्य आहे आणि तरीही अनुवादांच्या मार्गाने का होईना, ली ताई पो च्या तीन कविता अगदी योगायोगाने माझ्या वाचनात आल्या आणि त्या मला विलक्षण आवडल्या.

तसे चिनी आणि जपानी काव्याचे इंग्रजी अनुवाद अधूनमधून कधीतरी बघायला मिळातात. जपानी हायकू मी वाचल्या त्या त्यांच्या इंग्रजी अनुवादांमधूनच आणि अनेक हायकू मी मराठीत अनुवादित केल्या त्याही अर्थात इंग्रजीमधूनच. जपानी हायकू मला भरपूर वाचायला मिळाल्या. तितक्या चिनी कविता मी वाचलेल्या नाहीत. मुंबईला मी जेव्हा कॉलेजमध्ये शिकवत होते, तेव्हा इंग्रजी विभागप्रमुख असलेल्या माझ्या प्राध्यापक मैत्रिणीने कवितेबद्दलची माझी आवड व कुतूहल पाहून 'चायनीज् लव्ह पोएट्री' नावाचे चिनी प्रेमकवितांचे एक छोटेसे पुस्तक मला भेट

म्हणून दिले होते. त्या कविता मला आवडल्या होत्या आणि गमतीदाखल मी त्या बहुतेक कवितांचे मराठीत अनुवादही केले होते. पण त्या पारंपरिक जुन्या कविता होत्या. ली ताई पो ची कविता त्यात मला वाचायला मिळाली नव्हती.

या चिनी कवींची पहिली कविता मी वाचली, त्याला आता कितीतरी वर्षे लोटून गेली. तरी अद्यापही ती कविता मला चांगली आठवते. काहीतरी सत्तेचाळीस-अठ्ठेचाळीसचा किंवा त्याच्याही आधीचा काळ असावा. तेव्हा पुरुषोत्तम आत्माराम चित्रे यांच्या संपादनाखाली बडोदे इथून 'अभिरुची' नावाचे छोटेखानी वाङ्मयीन मासिक निघत असे. नव्या वाङ्मयीन जाणिवा निर्माण करण्याचे कार्य 'सत्यकथे' च्याही आधी या मासिकाने केले होते. कवितेला या मासिकात काही विशेष महत्त्व दिलेले असे. तेव्हा नव्याने कविता लिहू लागलेले अनेक कवी 'अभिरुची' त अगत्याने कविता लिहीत आणि त्या कवितांना तिथे आवर्जून स्थान दिले जाई.

मीही तेव्हा कधी कधी 'अभिरुची' त कविता लिहीत असे. तर एके दिवशी त्या मासिकात ग.दि.माडगूळकर यांची एक छोटीशी कविता मी वाचली. तिचे नाव 'शाश्वतत्रयी' असे होते आणि कवितेखाली 'ली ताई पो, एक चिनी कवी' असा कवितेच्या मूळ कर्त्याचा माडगूळकरांनी उल्लेख केला होता. अर्थात माडगूळकरांनी त्या चिनी कवीची कविता अनुवादित केलेली होती. त्यांना ती कविता कुठे सापडली, तिचा इंग्रजी अनुवाद कुणी केला होता याचा कसलाही खुलासा तिथे नव्हता. ली ताई पो हे नाव त्याच्या चिनी चमत्कारिकपणामुळे माझ्या पक्के ध्यानात राहून गेले पण त्याहूनही ती कविता माझ्या स्मरणात कायमची ठसली. माडगूळकरांचा अनुवाद सुरेख होता. तो असा-

सभोवार रानफुले मध्ये सुरेची सुरई
स्वाद घेतो मी एकला संगतीस कुणी नाही
चंद्र आदर्श पाहुणा नाही शिवत मद्याला
एक माझीच साउली तीच साथ देई मला
चालो असाच झगडा, राहो त्रयी ही शाश्वत
जावो संस्कृती लयाला होवो मानव्याचा अंत!

त्या काळात मी उमर खय्याम अगदी कसून वाचलेला होता. एडवर्ड फिट्झेरल्ड याचा प्रसिद्ध इंग्रजी अनुवाद तर मला चांगला परिचित होताच. पण माधव जूलियन यांनी केलेला 'द्राक्षकन्या' हा फिट्झेरल्डचा अनुवाद, त्याप्रमाणे मूळ पर्शियनमधून त्यांनी अनुवादित केलेल्या उमर खय्यामच्या रुबाया ही पुस्तकेही मी वाचली होती. त्यातल्या मूळ इंग्रजी त्याप्रमाणे मराठी रुबायाही मला कितीतरी प्रमाणात पाठ होत्या. अनेक काव्यप्रेमी रसिकांना त्या तशा पाठ असत. ली ताई पोची कविता, तिच्यातली सुरेची सुरई, मद्यपान, कवितेतून व्यक्त होणारा कलंदरपणा इत्यादींचे

संदर्भ वाचताना उमर खय्यामची आठवण होणे अगदी अपरिहार्य होते. त्याची ती अत्यंत गाजलेली रुबाई मला आठवली-

> या इथे तरुतळी एक वही कवितेची,
>
> भाकरी एक अन् सुरई एक सुरेची,
>
> आणखी एक तू जवळ गात या विजनी
>
> अन् रान न मग हे, नन्दनवन ते हेची!

ही रुबाई वाचताना सहज ध्यानात येते की, उमर खय्यामनेही इथे आपल्याला हवीशी वाटणारी एक 'शाश्वततत्रयी' चित्रित केली आहे. एक कवितेची वही, भाकरी आणि मद्याची सुरई आणि या साऱ्यांची रंगत वाढवणारी गीत गाणारी प्रिया या तीन गोष्टी जवळ असतील तर विजनातही नंदनवन निर्माण होऊ शकेल असे उमर खय्याम म्हणतो. ली ताई पो च्या स्वप्नसृष्टीत प्रिया नाही पण चंद्र, मद्याची सुरई आणि आपली सावली अशी एक शाश्वत त्रयी त्याने स्वतःच्या आनंदासाठी कल्पिलेली आहे.

उमर खय्यामवरून आठवण झाली. माधव जूलियन यांनी त्यांच्या रुबायांचे दोन अनुवाद केलेले आहेत हे वर सांगितलेच. त्यापैकी उमर खय्यामच्या मूळ फारसी रुबायांचा त्यांनी जो अनुवाद केलेला आहे तो त्यांनी आपल्या एका जवळच्या मित्राला अर्पण केला आहे. मित्राचे नाव त्यांनी दिलेले नाही. अर्पणपत्रिका '?स' अशी संदिग्ध आहे. पण त्या अनुषंगाने त्यांनी एक सुंदर कविता लिहिली आहे. कविता बरीच मोठी असल्यामुळे ती इथे संपूर्ण उद्धृत करणे अशक्य आहे. पण गंमतीची गोष्ट ही की, उमर खय्यामच्या प्रेरणेने की काय, कोण जाणे, पण माधव ज्यूलियन यांनीही त्या कवितेत आपल्याला आदर्श वाटणारी अशी एक त्रयी रंगवली आहे. तपशील वेगळे असले तरी ती थेट उमर खय्यामचे स्मरण करून देते. माधव जूलियन लिहितात-

> स्वप्नहीन ती रात्री निद्रा गाढ
>
> दिनी कष्ट अन् पाणी, भाकर जाड
>
> संध्याकाळी विजन, स्नेही, कविता
>
> काय यापुढे साम्राज्याचा पाड!

या तिन्ही कविता एकत्र वाचल्या तर त्यांतले तपशिलाचे भेद आपल्या ध्यानात येतात. ली ताई पो ला चंद्र, आपली सावली आणि मद्याची सुरई या तीन गोष्टी हव्याशा वाटतात. उमर खय्यामच्या स्वप्नसृष्टीत कवितेची वही, मद्याची सुरई आणि गीत गाणारी प्रियतमा यांना महत्त्वाचे स्थान मिळालेले आहे. माधव जूलियन यांची सुखाची कल्पना वास्तवाला थोडी अधिक भिडणारी आहे. दिवसभर भरपूर कष्ट केल्यामुळे रात्री येणारी स्वप्नहीन गाढ निद्रा आणि दिवसा शरीरधारणेसाठी लागणारी

जाड भाकर आणि पाणी या गोष्टी जगण्यासाठी अटळ आहेत. व त्या या कवीला आवश्यक वाटतात. पण त्याखेरीज सायंकाळच्या निवांत वेळी भोवती विजन असावे, एखादा जिवलग स्नेही संगतीला असावा आणि यावेळी मनाला वाटणाऱ्या आनंदाला परिपूर्णता देण्यासाठी कविताही जवळ असावी अशी उत्कट इच्छा ते प्रकट करतात. ली ताई पोला चंद्र हवा आणि मदिरा हवी, उमर खय्यामला प्रिया, कविता आणि मदिरा हवी तर माधव जूलियन यांना ज्याच्यापाशी मन खुले करता येते असा जिवाचा सोबती हवा आणि कविताही हवी! या तीन कवींच्या सुखस्वप्नातले वेगवेगळे तपशील सोडले तर त्यांच्यातले एक साम्य तीव्रतेने जाणवते. तिघेही पराकाष्ठेचे आत्मरत, एकांतप्रिय आणि विजनात रमणारे असे आहेत.

ली ताई पो ची कविता पुन्हा आयुष्यात कधी भेटेल असे वाटले नव्हते. पण ती भेटली. अनपेक्षित रीतीने. पंडित जवाहरलाल नेहरू यांनी आपल्या आत्मचरित्रात या कवीच्या दोन कविता म्हणजे त्यांचे इंग्रजी अनुवाद दिले आहेत. इंग्रजी अनुवाद सुंदर आहेत पण माझ्या हृदयाला अधिक भिडले ते त्यांचे मराठी अनुवाद. ना.ग.गोरे यांनी पंडितजींच्या आत्मचरित्राचा रसाळ मराठी अनुवाद केला आहे. त्यात ली ताई पो च्या इंग्रजी अनुवादांचे त्यांनी मराठी अनुवाद केले आहेत. विशेष म्हणजे ते अनुवाद त्यांनी 'मेघदूता' मुळे आपल्याला परिचित व प्रिय झालेल्या 'मंदाक्रांता' वृत्तात केले आहेत. ली ताई पो च्या दोन्ही कवितांत 'मेघदूता' तील विरही यक्षाच्या एकाकीपणाचे पडसाद गोरे यांना कुठेतरी जाणवले असावे आणि म्हणून त्यांनी अनुवादासाठी 'मंदाक्रांता' वृत्ताची योजना केली असावी. पण त्या वृत्तामुळे ली ताई पो च्या कवितांचे स्वारस्य व सौंदर्य कितीतरी पटींनी वाढले आहे. नेहरूंनी उद्धृत केलेल्या दोन कवितांतल्या एकीचा गोरे यांनी असा अनुवाद केला आहे -

जाता श्यामा रजनि उदया ये उषा व्योमराणी
आयुष्याचे गत दिन परी यायचे ना फिरुनी
डोळ्यांना या क्षितिज दिसते दूर विस्तारलेले
अन्तर्यामी सलत मधुचे शल्य जे खोल गेले!

या कवितेत ली ताई पो म्हणतो, 'श्यामा रजनी जाते, पण तिच्या पाठोपाठ उषाराणी अगदी नियमाने आकाशात उदय पावते. आयुष्याचे गेलेले दिवस मात्र पुन्हा कधीही येत नाहीत. आज माझ्या डोळ्यांसमोर हे अथांग क्षितिज विस्तारलेले आहे. पण हृदयात मधुमासाने म्हणजे वसंत ऋतूने केलेली जखम - तिचे खोलवर गेलेले शल्य - अजूनही सलत आहे!'

ली ताई पो ची दुसरी कविताही याच भाववृत्तीची सूचक आहे. ती अशी-
पक्ष्यांचे ते अगणित थवे दूर कोठे निघाले?

एकाकी हा जलद वळला, तोहि बाजूस चाले
मी एकांती गिरिशिखर हे न्याहळीतो बसून
अन्योन्यांचा, मजसि गिरिला, ये कधीही न शीण!

इथे कवी म्हणतो, 'आकाशातले पक्ष्यांचे थवे दूर कोठे तरी चालले आहेत आणि हा एकटा एकाकी मेघखंड तोही आता दुसरीकडे वळला आहे. या एकांतवासात मी इथे बसून समोरचे पर्वतशिखर न्याहाळतो आहे. आम्हा उभयतांना मात्र एकमेकांचा कधीही कंटाळा येत नाही.'

ली ताई पो च्या या दोन कवितांमधून मानवी मनाला, विशेषत: प्रौढ वयात, घेरून टाकणाऱ्या एकाकीपणाच्या वेदनेचे किती प्रत्ययकारी चित्रण झालेले आहे.

वयाच्या वेगवेगळ्या वळणावर ली ताई पो मला असा भेटत राहिला. त्याच्या फक्त तीनच कविता मी वाचलेल्या आहेत. पण त्यांतूनच तो माझ्या मनाच्या किती जवळ आला आहे; त्याचे एकाकी, उदास, निसर्गसान्निध्यात विसावा शोधणारे हृदय मला किती उत्कटपणे जाणवत आहे. मला वाटते, हा ली ताई पो आपणा साऱ्यांच्याच मनात कुठेतरी खोलवर दडून बसलेला असतो. अन्तर्यामी सलणारे ते मधुमासाचे शल्य आपण सर्वांनीच अनुभवलेले असते. या सहसंवेदनेमुळे तर हा दूरच्या देशातला, दूरच्या काळातला चिनी कवी मला इतका जवळचा होऊन बसला नसेल ना?

◆

प्रतिबिंबे

मध्यंतरी आमच्या घरात साखरपुड्याचा एक समारंभ झाला. तो मुंबईला झाल्यामुळे मी त्याला हजर राहू शकले नाही. पण समारंभ आटोपून मंडळी घरी परत आली तेव्हा काढलेले कार्यक्रमाचे फोटो मात्र मी उत्सुकतेने व कुतूहलाने पाहिले. फोटो फारच सुरेख आले होते. फोटो कुणी काढले असे मी विचारले तेव्हा मला कळले की मुंबईला असणाऱ्या माझ्या भाचीच्या मुलीने ते काढले होते. तिचे वय जेमतेम दहा वर्षांचे असेल नसेल. इतकी छोटी मुलगी असे सुंदर फोटो काढू शकते याचे मला आश्चर्य वाटले. पण घरातल्या साऱ्यांना मात्र माझ्या आश्चर्याचेच आश्चर्य वाटले. आणि मग माझ्या ध्यानात आले की, आपले लहानपण आणि आजच्या पिढीचे लहानपण यात आता जमीन-अस्मानाचे अंतर पडले आहे. आपण लहानपणी किती बावळट, वेंधळ्या, अडाणी होतो. यंत्राशी तर आपला कधी दुरूनसुद्धा संबंध येत नसे आणि तशा शक्यताही तेव्हा उपलब्ध नसत. त्या मानाचे आजची पिढी भलतीच हुशार, तल्लख आहे. त्यांना ट्रान्झिस्टरवर हवी ती गाणी, कॅसेट्स् लावता येतात. टीव्हीच्या वेगवेगळ्या चॅनेल्सची बटणे जाणकारीने दाबता येतात. भारी भारी मोटारगाड्यांची नावे त्यांना अवगत असतात. फोनवर ते मित्रमैत्रिणींशी गप्पा मारतात. कॅमेऱ्यासारख्या वस्तू ते सफाईने हाताळतात. आणि आणखीही काय काय तरी त्यांना माझ्यापेक्षाही जास्त तपशीलवार आणि अचूक ठाऊक असते. बाकीचे जाऊ द्या. 'फोटो' या गोष्टीबद्दल मला अजूनही एक दूरस्थ कुतूहल आणि तितकेच

प्रतिबिंबे । ४१

भय वाटते. आज कॅमेऱ्याने स्नॅप घेणे ही गोष्ट इतकी सोपी व सवंग झाली आहे की, तिचे कुणालाही कौतुक वाटत नाही. माझ्या अनेक मैत्रिणी, मित्र, विद्यार्थी अगदी सहज व हौसेने उत्तम फोटो काढतात. मला मात्र कॅमेऱ्याने आपण फोटो काढून बघावेत असे कधी सुद्धा वाटलेले नाही किंवा तसा प्रयत्नही मी कधी केला नाही. एकदा कुणी तरी एक कॅमेरा मला भेट म्हणून दिला होता पण मी तो कधी हाताळण्याचा प्रयत्नही केला नाही. नंतर तर तो चोरीलाच गेला. पण त्याचीही मला विशेष खंत वाटली नाही. आज लेखक म्हणून थोडे फार नाव झाल्यामुळे वृत्तपत्रांमधून अनेकदा माझे फोटो छापून येतात. कुठल्याही सार्वजनिक कार्यक्रमात, पुस्तक प्रकाशनात माझा सहभाग असला तरी तिथे भरपूर फोटो काढले जातात. एखाद्या लग्नसमारंभाला गेले तर तिथे घेतल्या जाणाऱ्या व्हिडिओ कॅसेटमध्ये वधूवरांच्या जोडीने मीही झळकते. इतकेच नव्हे तर, अगदी सहज कुणाच्या घरी चहाला किंवा जेवायला गेले तरी तिथे एखादा चटपटीत मुलगा किंवा स्मार्ट मुलगी आपले फटाफट फोटो काढते. आज फोटोंचा इतका सुकाळ झाला आहे की, त्यात कुणाला काहीही अपूर्वाई उरलेली नाही. माझी एक भाची परदेशात आहे. तिच्या दोन छोट्या मुलांचे आमच्याकडे किती फोटो आले असतील याची गणतीच नाही. सहलीला, प्रवासाला, प्रेक्षणीय स्थळे बघण्याला देशात, परदेशात कुठेही माणसे गेली तरी ती भाराभर फोटो काढून घरी आणतात.

अर्थात यात काही वावगे आहे असे नाही. हा ज्याचा त्याचा आवडीचा, आर्थिक सुविधेचा आणि मिळणाऱ्या रिकाम्या वेळेचा प्रश्न आहे. मला मात्र हे फोटो प्रकरण अद्यापही अंगवळणी पडलेले नाही. माझा चेहरा 'फोटोजेनिक' की काय म्हणतात, तसा नाही हे आत्मज्ञान मला फार पूर्वीपासून झालेले आहे. त्यामुळे फोटोची मला पहिल्यापासूनच दडस बसलेली आहे. अगदी आवश्यकताच पडली म्हणून मी स्टुडिओत जाऊन पासपोर्टसाठी फोटो काढून घेतला होता. तो एक प्रसंग आणि एम.ए. झाल्यानंतर घरच्या लोकांच्या आग्रहामुळे फोटो काढला होता तो एक प्रसंग, एरव्ही स्टुडिओत जाऊन हौसेने मी कधीही फोटो काढून घेतल्याचे मला स्मरत नाही. आजही कुणी 'फोटो काढू ना?' असे विचारले की मी कमालीची अस्वस्थ होते. गोंधळते. आकर्षक 'पोज' घेणे, लक्ष नसल्यासारखे दाखवून पूर्ण सावध असणे, चेहऱ्यावर किंचित हास्य आणणे, एखाद्या छोट्या बाळाला मांडीवर घेऊन त्याला सावरत हसत फोटो काढणे- यांतले काहीही मला कधी सफाईदारपणाने करणे जमलेले नाही.

मी अत्यंत आवडीने, मनापासून फोटो काढायला तयार झाले ती फक्त मांजरांबरोबर! मुंबईला एक बोका माझ्याकडे तेरा वर्षे होता. माझ्या एका विद्यार्थ्याने त्या बोक्याबरोबर माझे अनेक फोटो काढले आहेत. पण त्या फोटोमधला 'स्टार

परफॉर्मन्स' त्या बोक्याचा आहे. महत्त्व त्याला आहे. मी आपली मेहेरबानीने यावी तशी त्या फोटोत आले आहे. मांजरे विलक्षण चपळ, लहरी, बेभरंवशाची असतात. ती फोटोसाठी निवांत बसतील, आपल्याला हवी तशी 'पोज' देतील हे शक्यच नाही. माझा बोका मात्र फार शांत, समंजस आणि माणसाळलेला होता. म्हणून त्याने खूप फोटोंत सहभाग दिलेला आहे. फोटोग्राफरच्या मते मांजरे अत्यंत 'फोटोजेनिक' असतात. त्यामुळे फोटोत ती खरोखरच विलक्षण देखणी दिसतात. मांजरांचे फोटो, त्यांची चित्रकार्डे, त्यांचे फोटो असलेली पुस्तके हे सारे जमवण्याचा मला विलक्षण छंद आहे. मांजरांचे जितके फोटो माझ्या संग्रही आहेत तितके दुसऱ्या कुणाच्याही जवळ नसतील!

फोटोबद्दल माझ्या मनात इतका चमत्कारिक गंड निर्माण झालेला आहे. त्याची पाळेमुळे माझ्या लहानपणीच्या तद्विषयक अनुभवांत असावीत. माझ्या लहानपणी फोटो काढून घेणे हा एक तर मोठा सोहळाच असे. त्यासाठी घरी फोटोग्राफर येई. त्याचे ते काठ्यांचे तिकाटणे, त्यावरचा कॅमेरा, फोटोग्राफरने फोटो काढताना तोंडावरून आणि कॅमेऱ्यावरून पांघरलेले, जादूगाराची आठवण करून देणारे काळे फडके, उन्हे व सावल्या यांचा लहरी खेळ आणि फोटोग्राफरने आम्हांला दिलेल्या असंख्य सूचना यामुळे नको तो फोटो, असे मला तरी होऊन जायचे. त्यात फोटो काढताना आम्ही लहान मुलींनी अंगावर दागिने घातलेच पाहिजेत, हा घरातल्या वडीलधाऱ्या मंडळींचा आग्रह! एकदा माझ्या आजोळी आम्हा सख्ख्या आणि मामे-मावस भावंडांचा मिळून एक फोटो काढलेला मला आठवतो. त्या फोटोत, मी सर्वात मोठी मुलगी असल्यामुळे वज्रटीक, सरी, ठुशी असे दागिने मी अंगावर घातलेच पाहिजेत असे आजीने बजावून सांगितले. आणि मला तर सरीचा आणि ठुशीचा विलक्षण तिटकारा. मी ते दागिने अंगावर घालायचे साफ नाकारले. पण वडील माणसांपुढे माझे बापड्या लहान पोरीचे काय चालणार? अखेर तो सर्व साज अंगावर चढवूनच मला फोटोला बसावे लागले. माझ्या चेहऱ्यावरचा रुसवा आणि नाराजी त्या फोटोत अगदी स्पष्ट उमटली आहे. आज तो फोटो आजोळच्या अडगळीत कुठे जाऊन पडला असेल कोण जाणे!

मला माझा अतिशय आवडणारा असा एकच फोटो आहे. तो मी अडीच तीन वर्षांची असताना काढलेला असून तो मी अजूनही जपून ठेवला आहे. आज अगदी वस्तुनिष्ठ दृष्टीने मी त्याकडे बघू शकते. लहानपणी मला खूप बाळसे होते. डोके भरून जावळ होते. नाक नकटे आणि चेहरा बाळसेदार, गोल गरगरीत होता. त्या फोटोत माझ्या पायात तोडे, साखळ्या, वाळे घातलेले आहेत. गळ्यात पाच पदरी मोहनमाळ आहे. अंगात फुगीर बाह्यांचा झगा आहे. आणि एका प्रशस्त लाकडी खुर्चीत तिच्या दोन्ही हातांवर हात टेकून मी ऐटीत बसलेली आहे. फोटोतली ती

बाळसेदार गोंडस पोर कालप्रवाहात कुठे वाहून गेली?

आमच्या घरात योगायोगाने माझ्या हाती आलेला आणखी एक फोटो मी असाच जपून ठेवला आहे. तो फोटो माझ्या जन्मापूर्वीचा तर काय, पण माझ्या वडिलांच्या लग्नापूर्वीचा आहे. आजच्या भाषेत सांगायचे तर तो एक 'फॅमिली ग्रुप' आहे आणि मुख्य म्हणजे आमच्या जातीची पाळेमुळे त्यात स्पष्ट रुजलेली दिसतात. फोटोत माझे आजोबा म्हणजे वडिलांचे वडील, वडिलांची आई म्हणजे माझी आजी, हे दोघे मध्यभागी बसलेले आहेत. त्यांच्या शेजारी सोनीआत्या, मनीआत्या, गोदीआत्या आणि हौशीआत्या अशा माझ्या चौघी सख्ख्या आत्या आहेत. ही पुढली रांग खुर्च्यांवर बसलेली आहे. आणि मागल्या बाजूला माझे वडील आणि माझे काका उभे आहेत. ती दोन्ही मुले तर तेव्हा शाळकरी वयाचीच असावीत. बायकांपैकी साऱ्यांनी नऊवारी लुगडी नेसलेली आहेत. त्यांच्या अंगांत खणाच्या चोळ्या आहेत. डोक्यावरून पदर घेतलेले आहेत. नाकात नथी आहेत. पायात घसघशीत जड जड चांदीचे तोडे आणि कपाळावर कुंकवाच्या लांबलचक रेघा ओढलेल्या आहेत. ऐंशी नव्वद वर्षांपूर्वीच्या कोष्टी कुटुंबाचे ते प्रातिनिधिक चित्र आहे. आजोबांच्या डोक्याला पांढरा रुमाल आणि खांद्यावर पांढरे उपरणे आहे. बायकांची लुगडी काठापदराची, मराठमोळी आहेत आणि हातांत भरदार चुडे आहेत. हात आदबशीरपणे गुडघ्यांवर टेकलेले. मला तो फोटो फार आवडतो. त्याकडे बघताना मन भरून येते. काळजात कालवाकालव होते. आज त्या फोटोतली एकही व्यक्ती हयात नाही. पण त्यांच्याशी आपले रक्तसंबंध जुळलेले आहेत, आपल्या व्यक्तिमत्त्वाचा उगम त्यांच्यांतून झाला आहे, आणि कितीही वर्षे लोटली, परिस्थितीत, शिक्षणात कितीही फरक पडला तरी आपली नाळ त्यांच्याशीच जुळलेली आहे अशी काही एक विलक्षण जाणीव तो फोटो बघताना मला येते. तो मला माझी एक वेगळीच 'आयडेंटिटी' देतो. त्यात आजच्या 'मी' ला माझी एक फार फार जुनी, भूतकाळात रुजलेली ओळख पटते.

◆

शब्दांची गंमत, गमतीचे शब्द

मी तेव्हा कॉलेजमध्ये बी. ए. च्या वर्गात शिकत होते. श्रीपाद महादेव ऊर्फ बापूसाहेब माटे आम्हाला मराठी शिकवत. माटे हे थोर विचारवंत, विचक्षण समाजशास्त्रज्ञ, संत वाङ्मयाचे गाढे अभ्यासक असे बरेच काही होते. पण आम्हा विद्यार्थ्यांच्या दृष्टीने अतिशय अपूर्वाईची वाटणारी गोष्ट म्हणजे ते अव्वल दर्जाचे ललित लेखक होते. 'उपेक्षितांचे अंतरंग' मधल्या कथा ते त्याच काळात लिहीत होते आणि त्या कथांनी आम्हाला झपाटून टाकले होते. समकालीन साहित्यात रंगवल्या जाणाऱ्या पांढरपेशा विश्वापेक्षा अगदी वेगळे, अनोखे, अपरिचित आणि तोवर मराठी वाचकाला न जाणवलेल्या अशा वेगळ्या सामाजिक स्तरावरच्या माणसांचे जग माट्यांच्या त्या कथांमधून चित्रित केलेले असे. तसे काही निदान आम्ही तरी, पूर्वी कधी वाचलेले नव्हते.

माट्यांनी आपल्या कथांतून वेगळे अनुभव साकार केले, त्याबरोबरच ज्ञानाचे इतरही कितीतरी वेगळे प्रदेश आम्हाला उघडून दिले. व्यक्तिशः माझ्या दृष्टीने महत्त्वाची गोष्ट ही की त्यांनी भाषेतले भिन्न भिन्न शब्द कसे सिद्ध होतात, त्यांची पाळेमुळे कशी व कुठे रुजलेली असतात, समाजाच्या ऐतिहासिक, सांस्कृतिक आणि व्यावसायिक जीवनातून ते भाषेत कसे उतरलेले असतात, याची फार चांगली ओळख-निदान मला तरी - करून दिली. शब्दांविषयीचे आकर्षण मला अगदी लहानपणापासून होते. पण ते आकर्षण अधिक नेमके, डोळस आणि जाणते केले

माट्यांनीच. तांत्रिक परिभाषेत बोलायचे झाले तर निरनिराळ्या शब्दांची व्युत्पत्ती कशी शोधावी याबद्दलची कितीतरी गंमतीदार माहिती माट्यांनीच आम्हांला दिली. आजही या विषयीचे जबरदस्त कुतूहल माझ्या मनात आहे. त्याला प्रथम जाग आणण्याचे श्रेय माट्यांचेच आहे.

उत्तम लेखकाला असते, असावी लागते ती शब्दांची जाण माट्यांना होती. थोडे वेगळ्या शब्दांत सांगायचे तर शब्दांची 'चव' त्यांना चांगली कळत असे. खेड्यातले मराठमोळ जीवन माट्यांच्या परिचयाचे होते. वेगवेगळ्या जातिजमातींतल्या लोकांशी, त्यांच्या भाषेशी त्यांचा प्रत्यक्ष संपर्क आला होता. मुख्य म्हणजे अशा शब्दांचे सौंदर्य त्यांना नेमके जाणवत असे आणि ती जाणीव ते आम्हा विद्यार्थ्यांपर्यंत पोहोचवीत. स्वत: माटे जसे उत्तम ललित लेखक होते तसे ते अतिशय रसाळ वक्ते होते. त्या त्यांच्या वक्तृत्वाचा अनुभव आम्हाला वर्गात शिकताना भरपूर घ्यावयास मिळाला. त्यांच्या लेखनाप्रमाणेच त्यांच्या भाषणातही पूर्वी कधी न ऐकलेले शब्द येत आणि आम्ही प्रश्न विचारला की, माटे त्या शब्दाची पूर्वपीठिका, जातकुळी अत्यंत मार्मिकपणे उलगडून सांगत. ते त्यांचे भाष्य ऐकणे हा एक रोमांचकारक अनुभव असे. त्यावेळी माट्यांनी सांगितलेल्या काही शब्दांच्या व्युत्पत्ती मला आजही लख्ख आठवतात.

एकदा वर्ग चालू असताना रोजच्या जेवणात आपल्या परिचयाचे झालेले 'भाकरी' आणि 'चांदकी' हे शब्द कोणत्या तरी संदर्भात आले. 'भाकरी' तर आम्हांला ठाऊक होतीच आणि 'चांदकी' म्हणजे छोट्या आकाराची, निखाऱ्यावर भाजून फुगवलेली गोल गरगरीत भाकरीही आमच्या चांगलीच परिचयाची होती. पण त्या दिवशी माट्यांनी त्या दोन्ही शब्दांच्या ज्या व्युत्पत्ती आम्हाला सांगितल्या त्या फार गमतीच्या वाटल्या. माटे म्हणाले, 'भाकरी हा शब्द 'भास्करी' वरून आलेला आहे. सूर्याच्या आकाराची म्हणून ती 'भास्करी'. तिचाच अपभ्रंश भाकरी असा झाला. तीच गोष्ट चांदकीची. भाकरीहून थोडीशी लहान, चांदाच्या म्हणजे चंद्राच्या आकाराची म्हणून ती चांदकी!' या दोन्ही व्युत्पत्ती आम्हाला अगदी नव्या वाटल्या आणि पटल्याही. त्यांच्याच एका कथेत कोयनाबाई नावाची एक कष्टाळू ग्रामीण बाई रंगवलेली आहे. ती गरीब पण विलक्षण स्वाभिमानी असते. तिच्या तोंडी माट्यांनी एक वाक्य घातले आहे, 'मला कुणाचं आक्रीताचे नको' आक्रीताचे म्हणजे फुकटचे हा अर्थ आम्हाला एकूण संदर्भावरून कळला. पण 'आक्रीत' शब्द मुळात सिद्ध कसा झाला? माट्यांना ती शंका आम्ही विचारली तेव्हा ते म्हणाले, 'या शब्दाची जातकुळी चक्क संस्कृत आहे. 'क्रीत' म्हणजे 'विकत घेतलेले, मोल देऊन घेतलेले.' तेव्हा 'आक्रीत' म्हणजे फुकटात मिळवलेले.' कोयनाबाई म्हणते, 'मला कुणाचे फुकटचे काही नको. मी माझ्या कष्टाचे मोल देऊन सर्व काही विकत घेते.

कुणाची मेहेरबानी मला नको!' म्हणजे या कोयनाबाईंचा स्वभाव कसा बाणेदार होता बघा!'

एकदा असेच माटे वर्गात शिकवत असताना 'बोंबलभिक्या' असा शब्द त्यांनी वापरला. आम्हाला तो शब्द अनोळखी वाटला. तेव्हा माटे म्हणाले, 'कधी कधी शब्दांच्या पोटातच त्याचा अर्थ उकलणारी कळसूत्रे लपलेली असतात. आता हा बोंबलभिक्या शब्दच घ्या. माणसे भीक मागताना मोठमोठ्याने ओरडतात. म्हणजेच बोंबलतात आणि इतरांचे लक्ष स्वत:कडे ओढून घेतात. बोंबलणे आणि भीक मागणे या दोन्ही क्रियापदांचा इथे एकत्र समावेश झालेला आहे. तेव्हा 'बोंबलभिक्या' म्हणजे बोंबलून, ओरडून भीक मागणारा!' आमच्या वर्गात एक मुलगा होता. गरीब, सालस, कुणालाही उपद्रव न देणारा. पण त्याची एक चमत्कारिक खोड होती. तो चालताना कधीही सरळ, एका रेषेत चालत नसे. तिरका तिरका, भरकटल्यासारखा चालायचा. माट्यांनी त्याचे नाव 'तिरकट तारू' असे ठेवले होते. त्या शब्दाचा खुलासा करताना माटे म्हणाले, 'तिरकट तारू हे शिवाजीमहाराजांच्या आरमारातल्या एका विशिष्ट प्रकारच्या गलबताचे नाव आहे. ते समुद्रावर जसे हेलपाटत चालते तसे तुमचे हे वर्गबंधू जमिनीवरून चालतात. म्हणून ते आपले तिरकट तारू!'

कधी कधी एखादी शब्दसंहती किंवा वाक्प्रचार वापरताना आपण तो चक्क चुकीचाच वापरतो आणि मग त्याच्या अर्थासंबंधी आपल्या मनात गोंधळ निर्माण होतो. अशा एका वाक्प्रचाराचा वापर वर्षानुवर्षे आपण चुकीचा करत आलो आहोत. तो वाक्प्रचार म्हणजे 'घोडे पेंड खाते'. एखाद्या कामात मध्येमध्ये सतत अडथळे येऊ लागले म्हणजे आपण म्हणतो, 'कुठे घोडे पेंड खाते आहे कुणास!' पण पेंड गाई म्हशी खातात. घोडे पेंड खाताना कधी आढळत नाही मग हा काय प्रकार आहे? या वाक्प्रचाराचा अर्थ विचारला तेव्हा माटे म्हणाले, 'मुळात हे वाक्य 'घोडे पेणे खाते' असे आहे. पेणे म्हणजे मुक्काम. चालताना एखादे घोडे आडमुठेपणाने मध्येच थबकते. काही केल्या पुढे जात नाही. याचा अर्थ घोडे 'पेणे' म्हणजे 'मुक्काम' करते असा आहे. आपण मात्र 'पेणे' शब्दाचे 'पेंड' केले आणि मग अर्थ लागत नाही म्हणून तक्रार करत बसलो!'

एकदा काही निमित्ताने 'ओतप्रोत' हा शब्द वाचनात आला. 'ओतप्रोत' शब्दाचा अर्थ माझ्या मनात 'काठोकाठ भरलेले' असा होता. मी तो अर्थ माट्यांसमोर बोलून दाखवला तेव्हा ते मला म्हणाले, 'या शब्दाचा अर्थ तुला माहीतच नाही. 'ओतु' आणि 'प्रोतु' अशा दोन संस्कृत शब्दांच्या एकत्र येण्यातून तो सिद्ध झाला आहे. वस्त्र विणताना त्याचे काही धागे उभे आणि काही धागे आडवे असतात. मराठीत याला 'ताणाबाणा' असा फार सुंदर प्रतिशब्द आहे.' मग ते किंचित हसून मला म्हणाले, 'तू कोष्ट्यांच्या जमातीत जन्माला आलेली आहेस ना? मग तुला मागावरच्या

विणल्या जाणाऱ्या लुगड्याचा ताणाबाणा चांगलाच माहिती असायला हवा. आता लक्षात ठेव, 'ओतप्रोत' म्हणजे ताणाबाणा असलेले, पुरेपूर भरलेले वस्त्र!'

असे कितीतरी गमतीचे शब्द त्यांनी सहज बोलता बोलता आम्हाला ऐकवलेले आठवतात. परीक्षा जवळ आली म्हणजे ते म्हणत, 'आता तुमचा अभ्यासाचा लगेढोल सुरू झाला असेल!' लगेढोल म्हणजे ढोलावर जोरजोराने आणि सातत्याने टिपरू मारून काढलेला आवाज. गरीब गुरीब माणसांबद्दल बोलताना एकदा त्यांनी 'पोटम्हातारे' असे फार मार्मिक विशेषण वापरले. वयाने तरुण पण अपुऱ्या अन्नामुळे पोटाची हेळसांड होऊन अकाली वयस्कर दिसणारे लोक म्हणजे पोटम्हातारे. 'उरस्फोड' हा शब्द 'उर:स्फोट' या संस्कृत शब्दाचा अपभ्रंश आहे. 'वेणा' हे 'वेदना' या संस्कृत शब्दाचे मराठी रूप आहे. 'फलाणी' हा वस्त्रवाचक शब्द इंग्रजीतल्या 'फ्लॅनेल' या शब्दावरून आलेला आहे. जोगीजोगतिणी या मुळात योगी आणि योगिनी आहेत. असे भाषाविषयक ज्ञानाचे कण माट्यांच्या लेखात आणि भाषणातही सर्वत्र विखुरलेले सापडतात. 'भाषाभिवृद्धीची सामाजिक दृष्टी' नावाचा माट्यांचा एक अप्रतिम लेख आहे. तो बहुधा सर्वांच्या वाचनात कधी ना कधी आलेला असतो. या लेखात मराठीत आलेले कितीतरी शब्द विशिष्ट व्यावसायिक लोकांच्या परिभाषेतून मराठीत कसे आणि केव्हा उतरले असतील याचे विलक्षण सुंदर विवेचन माट्यांनी केलेले आहे. त्यावरून भाषा ही कशी तयार होत जाते याची फार वेगळी जाण आपल्याला येते. स्वत: माटेही लिहिताना किंवा बोलताना नवे गमतीदार शब्द बनवून ते वापरत. 'छद्मभेद' म्हणजे रहस्य फोडणे. 'स्तबक' म्हणजे टप्पा, 'रुचिवर्म' म्हणजे विशिष्ट आवड हे त्यांतले काही शब्द. माट्यांनी भाषेकडे बघताना तिच्यात आलेल्या विविध शब्दांची पाळेमुळे शोधण्याची ही जी दृष्टी आम्हा विद्यार्थ्यांना दिली तिचा मला अद्यापही विसर पडलेला नाही. संतांचे आणि पंडितांचे काव्य, ऐतिहासिक बखरी आणि पत्रव्यवहार, पोवाडे आणि लावण्या, लोकगीत आणि बायकांच्या ओव्या हे आपल्या भाषेचा प्रचार परिपुष्ट करणारे प्रबल स्रोत आहेत. वेगवेगळी धर्मकृत्ये आणि खेड्यापाड्यातले आता अस्तंगत होऊ लागलेले उद्योगधंदे, अनेक जातिजमातींचे पारिभाषिक शब्द यांनी मराठी भाषेला तिची समृद्धी दिलेली आहे. आता अलीकडच्या काळात झालेल्या यांत्रिक सुधारणांनी, वाढत्या उद्योजनाने, नवनव्या प्रसारमाध्यमांनी तर मराठीत शब्दांचा प्रचंड साठा भरीला घातला आहे. अरबी, फारसी, कन्नड, उर्दू, इंग्रजी असे परभाषेतले शब्द आपण इतके घरगुती आपलेपणाने वापरतो की, त्यांचे परकेपण आता नाहीसे झाले आहे. मनात येते, माटे जर आज असते तर ही भाषा बघताना त्यांना किती गंमत वाटली असती?

◆

सेन्सॉर बोर्डाचे दिवस

केवळ मुंबईला मी राहात असल्यामुळे ज्या काही अगदी वेगळ्या प्रकारच्या कार्यक्षेत्रांचा मला अनुभव आला त्यातले मला आवडलेले एक क्षेत्र 'फिल्म सेन्सॉर बोर्ड' हे होय. या बोर्डावर, एकदा दोनदा नव्हे तर तीनदा माझी सदस्य म्हणून नेमणूक झाली. एकदा होणारी नियुक्ती ही पाच वर्षांसाठी असे आणि मधल्या काही काही वर्षांच्या अंतराने, मी तीन वेळा म्हणजे एकूण पंधरा वर्षे सेन्सॉर बोर्डावर काम केले. त्यावेळी मुंबई, मद्रास, कलकत्ता आणि दिल्ली अशा चार ठिकाणी सेन्सॉर बोर्डाची केंद्रे होती. त्यामध्ये जास्तीत जास्त काम मुंबईच्या सेन्सॉर बोर्डाला करावे लागे. कारण तिथे खूपच चित्रपट सेन्सॉरिंगसाठी येत. त्यामध्ये इंग्रजी, हिंदी, मराठी, गुजराती अशा विविध प्रांतभाषांतले चित्रपट असत. मी पंधरा वर्षांच्या काळात या सर्व भाषांतले अनेक चित्रपट पाहिले. त्यामध्ये काही अत्यंत सुंदर व कलात्मक चित्रपट बघण्याची संधीही मला मिळाली. सेन्सॉरचे चित्रपट नेहमीच्या 'पब्लिक' थिएटरमधून दाखवले जात नसत. त्यासाठी मोठ्या थिएटरांतच पण माडीवर दुसरी छोटी, स्वतंत्र, सर्व सोयींची युक्त अशी थिएटरे असत आणि सेन्सॉर बोर्डाचे सदस्य तिथे चित्रपट बघत. चित्रपट बघण्यासाठी आम्ही एम्बसी, लिबर्टी, ईरॉस अशां काही थिएटरांत जात असू. एम्बसी थिएटर लिबर्टीच्या समोर होते. ते छोटे, सुबक थिएटर फक्त सेन्सॉरचे चित्रपट बघण्यासाठीच वापरले जाई. थिएटरमध्ये आम्ही ज्या खुर्चीवर बसून सिनेमा बघत असू त्यांच्या डाव्या हातावर इलेक्ट्रिकचा, वर आच्छादन

असलेला एक लहानसा बल्ब असे. चित्रपटात कुणाला काही आक्षेपार्ह वाटले तर त्या सदस्याला काळोखातच तिथल्या तिथे त्याची नोंद करता यावी म्हणून या छोट्या दिव्यांची तरतूद केलेली असायची. आमच्या वेळच्या पहिल्या ग्रुपमध्ये जवळजवळ वीस एक सदस्य होते आणि ते समाजाच्या वेगवेगळ्या स्तरांतून निवडलेले होते. या सदस्यांत प्राध्यापक, लेखक, पत्रकार, सामाजिक कार्यकर्ते, चित्रकार, गायक अशा विविध प्रकारच्या मंडळींचा समावेश झालेला होता. पुरुष सदस्यांच्या बरोबरीने स्त्रियाही होत्या. आमच्यामध्ये भाषिक वैचित्र्य फार मोठ्या प्रमाणात होते. बहुतेक संभाषण इंग्रजी आणि हिंदी या भाषांमधून चालत असले तरी अनेक सदस्य कधी कधी गंमतीखातर आपल्या मातृभाषेतून बोलत. त्यामुळे हिंदी, गुजराती, बंगाली, सिंधी अशा अनेक प्रांतभाषांतले संवाद मला त्या काळात ऐकायला मिळाले आणि मुंबई किती बहुभाषिक शहर आहे याची साक्ष पटली. हिंदी आणि इंग्रजी भाषांतून बोलण्याचाही थोडा बहुत सराव झाला.

मी सेन्सॉर बोर्डावर काम करत असताना किती वेगवेगळ्या प्रकारच्या थोर मंडळींशी माझा परिचय झाला, त्याचा थोडाबहुत सहवास मला मिळाला याचा जेव्हा मी आज विचार करते तेव्हा माझे मलाच नवल वाटते. 'कॉस्मॉपॉलिटन मुंबई' शी माझी जवळीक झाली ती याच काळात. आमच्या बोर्डावर वेळावेळी आलेल्या सदस्यांची नुसती नावे घेतली तरी सदस्यांमधली विविधता ध्यानात येईल. जुने अनुभवी पत्रकार धुरंधर, ख्यातनाम चित्रकार बदरीनारायण, मंगलदास पक्कासा यांची सून पूर्णिमा पक्कासा, सुप्रसिद्ध गांधीवादी कार्यकर्त्या उषा मेहता, भुलाभाई देसाईंची सून मधुरीबेन देसाई ही मंडळी मला आजही आठवतात. त्यांतल्या काही सदस्यांशी मैत्रीचे संबंध निर्माण झाले. बदरीनारायण, आय. सी. एस. जोशींच्या पत्नी सुशीलाबाई जोशी, प्रसिद्ध मराठी लेखिका मृणालिनी देसाई या खूप जवळच्या वाटू लागल्या. तसा आमचा सारा ग्रुप खेळीमेळीने वागणारा, आनंदी आणि मनमोकळा होता. आमच्याबरोबर बोर्डाचे जे ऑफिसर असत त्यांच्याशीही हळूहळू ओळख होत गेली. परकेपणा नाहीसा झाला. दर आठवड्याच्या सुरुवातीला आमच्याकडे आठवड्याचा कार्यक्रम 'टाईप' केलेले एक पत्र येत असे. त्या पत्रात कोणत्या थिएटरमध्ये कार्यक्रम आहे आणि तिथे कोणकोणत्या सदस्यांनी हजर राहायचे यांची फक्त नोंद असे. चार सदस्यांचे एक 'पॅनेल' असे आणि अशी तीन किंवा चार 'पॅनेल्स' वेगवेगळ्या थिएटरांत वेगवेगळे चित्रपट बघत. आपल्याला कोणता चित्रपट बघायचा आहे याचा कोणत्याही सदस्याला आधी काही पत्ता नसे. निर्माता किंवा दिग्दर्शक यांनाही आपल्या चित्रपटाचे सेन्सॉरिंग कोण करणार आहेत याची माहिती नसे. वशिलेबाजी होऊ नये यासाठी ही काळजी बोर्डाकडून घेतली जाई आणि हे पथ्य सेन्सॉर बोर्ड अगदी अचूक पाळत असे. चित्रपट दाखवण्यासाठी बहुधा स्वत:

निर्माता किंवा दिग्दर्शकच येई. सुरुवातीला त्यांनाही थिएटरमध्ये बसण्यास परवानगी नसे; पण नंतरच्या काळात हा नियम बराच शिथिल झाला आणि आपला चित्रपट दाखवला जात असता सदस्यांच्या जोडीने निर्माता दिग्दर्शकही थिएटरात तो पाहू लागले. एखादा चित्रपट विशेष चांगला असेल आणि आभिनय सुरेख असेल तर बोर्डाचे सदस्य निर्मात्यांचे अभिनंदन करीत. चित्रपट चालू असता इतर सिनेमाप्रमाणे इथेही मध्यंतर असे. मध्यंतरात कधी बोर्डाचे ऑफिसर तर कधी एखादा सदस्यही चहा, बिस्किटे मागवत असे. पण निर्माता, दिग्दर्शक यांनी कितीही प्रेमाने चहा मागवतो असे म्हटले तरी आम्ही त्यांच्याकडून कधी चहा घेत नसू. उलट आम्हीच मागवलेला चहा त्यांना आग्रहाने पाजत असू. त्यांच्याकडून चहा घ्यायचा नाही हा जसा सदस्यांसाठी एक अलिखित करार होता त्याप्रमाणे त्यांच्या वाहनांतून 'लिफ्ट' घ्यायची नाही असाही एक नियम आम्ही पाळत होतो. निर्माता, दिग्दर्शक, चित्रपट व्यावसायिक यांच्याकडून कोणतेही मिंधेपण पत्करायचे नाही, असे या बाबतीत बोर्डाचे धोरण होते आणि ते योग्यच होते.

मी सेन्सॉर बोर्डावर येण्यापूर्वी बोर्डाच्या नियमांबद्दल माझ्या काही चमत्कारिक कल्पना होत्या. अश्लीलता ही एकच गोष्ट चित्रपटात आक्षेपार्ह ठरू शकते असे मला वाटत असे. पण प्रत्यक्षात मला फार वेगळा अनुभव आला. चित्रपट नापास करण्यासाठी त्यात इतरही अनेक आक्षेपार्ह गोष्टी असाव्या लागत. अश्लीलता ही एक गोष्ट होती पण त्याखेरीज इतर कितीतरी गोष्टी अशा असत की त्यांना कात्री लावणे भाग पडे. मान्यवर किंवा आदरणीय विभूती, राष्ट्रपुरुष यांची टवाळी करणे. प्रांताप्रांतांत किंवा देशादेशांत वैमनस्य निर्माण करणे, भारतरामायणयदि ग्रंथांचे किंवा इतर श्रेष्ठ वाङ्मयकृतींचे चुकीचे अर्थ लावणे, क्रौर्य, हिंसाचार, देवदेवतांचे अपमानकारक किंवा हास्यास्पद चित्रण या आणि इतर कित्येक गोष्टी सेन्सॉरच्या नियमांनुसार आक्षेपार्ह ठरू शकत आणि त्या चित्रपटांतून काढून टाकण्याची निर्मात्याला ताकीद दिली जाई. चित्रपटांना जे प्रमाणपत्र मिळे, त्याचे तीन प्रकार असत. 'यू' प्रमाणपत्राचा अर्थ 'युनिव्हर्सल' असा असून तो चित्रपट आबालवृद्धांना बघण्यास योग्य ठरवला जाई. 'ए' प्रमाणपत्र हे 'फॉर ॲडलट्स ओन्ली' म्हणजे काम प्रौढांसाठी असणाऱ्या चित्रपटांना दिले जाई. एखादा चित्रपट फार आक्षेपार्ह असेल तर त्याला प्रमाणपत्र नाकारले जाई. मग निर्माता दुसऱ्या पॅनेलसाठी अर्ज करी आणि कधी कधी एका पॅनेलने नापास केलेले चित्र दुसरे पॅनेल पासही करू शकत असे.

सेन्सॉर बोर्डाचा आणखी एक नियम असा होता की ज्यामुळे जातिजातीत तेढ निर्माण होईल, कुणाची अवहेलना होईल असे संवाद त्यात असता कामा नयेत. ही अडचण बहुधा मराठी चित्रपटाच्या संदर्भातच येत असे. कारण आपल्या भाषेत अशा

अनेक म्हणी आणि वाक्प्रचार आहेत की ज्यामध्ये वेगवेगळ्या व्यावसायिकांची टिंगल केलेली आहे. उदाहरणार्थ 'भटाला दिली ओसरी भट हातपाय पसरी', 'चांभार- चौकशी','रिकामा न्हावी भिंतीला तुंबड्या लावी', 'चांभाराच्या देवाला खेटराची पूजा' इत्यादी. मराठी चित्रपटात असे जातीय उल्लेख आले की तिथे कटाक्षाने कात्री लावली जाई. मराठी किंवा प्रांतभाषांतले चित्रपट आणि इंग्रजी चित्रपट यांना प्रमाणपत्र देताना समाजपरिस्थितीनुसार वेगळे निकष लावले जात हेही इथे सांगणे अवश्य आहे.

मी सेन्सॉरला असताना काही फार सुरेख चित्रपट पाहिले. सोफाया लॉरेनचा 'डिझायर अंडर द एल्म्स', लाना टर्नरचा 'द डार्क व्हिक्टरी', गुरुदत्तचा 'चौदवी का चाँद' हे काही चित्रपट मनावर खोल ठसा उमटवून गेले. 'बिग बजेट' चित्रपट तेव्हा नुकतेच सुरू झाले होते. त्यांतले 'पाकीजा' आणि 'शोले' हे उत्कृष्ट चित्रपट होते. आज देखील ते जुने किंवा शिळवटलेले वाटत नाहीत.

शेवटी सेन्सॉरच्या काळात आलेला एक सुखद अनुभव सांगते. तेव्हा हृषिकेश मुखर्जी हे सेन्सॉर बोर्डाचे अध्यक्ष होते आणि त्याच वेळी त्यांनी दिग्दर्शित केलेला 'खूबसुरत' हा चित्रपट सेन्सॉर बोर्डासमोर आला होता. तो बघणाऱ्या पॅनेलवर योगायोगाने मी होते. हृषिदा स्वत:ही चित्रपट बघण्यासाठी आले होते. आमच्या पॅनेलला तो चित्रपट फारच आवडला. त्यात आक्षेपार्ह काहीच नसल्यामुळे तो लगेच पासही झाला. त्यानंतर मी केवळ विनोदाने हृषिदांना म्हटले, 'ये इतनी अच्छी पिक्चर आपने बनाई है। अब तो वो पास भी हुई है। अगर हमारे घरके लोगोंके लिये एक शो आप अँरेंज करेंगे तो.....'

माझे बोलणे पुरे होण्याच्या आतच हृषिकेश मुखर्जी हसले आणि एकदम मनापासून म्हणाले, 'हा हां! क्यूं नहीं? मैं अगले हप्तेमेही आप लोगोंके लिये एक स्पेशल शो अँरेंज करूँगा।' मी अवाक झाले. मी केवळ गंमतीने त्यांना ती विनंती केली होती. ते ती मान्य करतील असे मला मुळीच वाटले नव्हते. पण हृषिदांनी आपला शब्द पाळला. 'एम्बसी' थिएटरमध्ये त्यांनी खरोखरच आम्हा सर्व सदस्यांना आपल्या कुटुंबियांसहित आमंत्रण दिले आणि तिथे आमच्यासाठी 'खूबसूरत' चित्रपट मोठ्या थाटामाटाने दाखवला!

◆

कधी असे, कधी तसे

जॉर्ज वॉशिंग्टनच्या बालपणातील ती सुप्रसिद्ध कथा कुणाला ठाऊक नाही? तो लहान असताना त्याच्या वडिलांनी त्याला म्हणे एक लहानशी कुऱ्हाड दिली. बालवयातल्या निरागस कुतूहलाने जॉर्ज वॉशिंग्टनने ती कुऱ्हाड बागेतल्या अनेक झाडांवर चालवून पाहिली. त्यांना जायबंदी केले. पुढे त्यांच्या वडिलांनी त्याबद्दल जेव्हा जॉर्जकडे चौकशी केली तेव्हा छोट्या जॉर्जने शिक्षेचे भय अजिबात न बाळगता आपली इवलीशी छाती मोठ्या धीरोदात्तपणे फुगवून पुढे काढली आणि मुखावर अलौकिक दैवी असे सत्यप्रेमाचे वलय धारण करून वडिलांना उत्तर दिले, 'बाबा, मीच ती कुऱ्हाड झाडांवर चालवली. मीच तो दुष्ट गुन्हेगार आहे.' आपल्या मुलाची उत्कट सत्यनिष्ठा पाहून जॉर्जच्या वडिलांचे अंत:करण उचंबळून आले. त्यांनी त्याला प्रेमाने हृदयाशी कवटाळले.

जॉर्ज वॉशिंग्टनची ही कथा मी माझ्या लहानपणापासून ऐकत आले आहे. पण त्या नकळत्या वयातसुद्धा या कथेविषयी अनेक शंका माझ्या मनात उद्भवत. पहिली गोष्ट जॉर्जच्या वडिलांनी त्याला घेऊन दिली ती कुऱ्हाड काय म्हणून? पतंग, गोट्या, चेंडूफळी, अगदी खेळातली छोटी बंदूक दिली असती तरी समजू शकले असते. पण कुऱ्हाड कशासाठी? चाकू, सुऱ्या, कात्र्या यांच्याप्रमाणेच कुऱ्हाड हे सुद्धा लहान मुलांनी हाताळायचे खेळणे नव्हे ही गोष्ट, जी तुमच्या-आमच्यासारख्या सामान्य माणसांना कळते, ती जॉर्जच्या वडिलांना खचितच कळायला

कधी असे, कधी तसे । ५३

हवी होती. बरे, एखाद्या लहान मुलाच्या हाती कुऱ्हाड दिली तर तो तिचा वापर करून बघणार हे त्यांनी गृहीत धरायला हवे होते. कुऱ्हाड मिळाल्यानंतर काही जॉर्जने ती आपल्या पुस्तकांच्या कपाटात नक्की ठेवून दिली नसणार. तो ती कुठे ना कुठे तरी चालवून बघणारच. घरातल्या टेबल खुर्च्यांवर तिचे घाव घालून त्या मौल्यवान वस्तूंची मोडतोड करू नये येवढा समज या बालवयातही जॉर्जला होता याची खात्री आपण बाळगायला हरकत नाही. राहता राहिली बागेतली चार झाडे-झुडपे. तेव्हा जॉर्जने कुऱ्हाडीचा प्रयोग त्यांच्यावर करून बघावा हे अगदी स्वाभाविक आहे. आता आला पुढच्या परिणामाचा प्रश्न. जॉर्जच्या हातात कुऱ्हाड आणि बागेतली झाडे जखमी. तेव्हा या दोन गोष्टींमधल्या कार्यकारणभावाची परंपरा कळण्यासाठी काही मोठ्या डिटेक्टिव्हच्या तर्कचातुर्याची आवश्यकता नव्हती. मग एवीतेवी आपला अपराध वडिलांना कळणारच आणि पुढची संभाव्य शिक्षाही कदाचित भोगावी लागणारचं तर मग, जाता जाता खरे काय ते सांगून निदान सत्यनिष्ठेचे श्रेय तरी का न घ्यावे असा धूर्त आणि मतलबी विचार जॉर्ज वॉशिंग्टनच्या मनात आला असणार आणि आपल्या कबुलीजबाबाला त्याने थोडीशी अभिनयाची जोडही दिली असणार. वडिलांनीही विचार केला असेल, मुलाच्या हातात खेळणे म्हणून कुऱ्हाड दिल्यानंतर आपण तरी वेगळे काही घडण्याची अपेक्षा का बाळगावी? त्यातून पोरगे निमूटपणे आपला अपराधही कबूल करते आहे. जाऊ द्या झाले. आता त्याला शासन तरी काय करायचे? आणि त्याने मोठेसे काय साधणार आहे? वडिलांनी समंजसपणे मुलाला जवळ घेतले. कुरवाळले आणि एक हृदयस्पर्शी नाट्यप्रसंग उत्तम रीतीने पार पडला. खरे म्हणजे ही कथा कुठल्याही देशात, कुठल्याही काळात आणि कुठल्याही घरात घडू शकली असती. ती इथे घडली इतकेच. फक्त जॉर्ज वॉशिंग्टन हा नंतर अमेरिकेचा प्रेसिडेंट झाला इतकेच काय ते विशेष झाले आणि त्यामुळे एका साध्यासुध्या घटनेला देदीप्यमान आख्यायिकेचे स्वरूप लाभले.

कुणी काहीही म्हणो, मी कशी कोण जाणे, या कथेबद्दल माझ्या लहानपणापासून जराशी साशंकच होते. त्यामुळे परवा आमच्या एका जाणकार मित्राने ही कुऱ्हाडीची कथा म्हणजे निव्वळ दंतकथा आहे आणि वस्तुस्थितीशी तिचा काहीही संबंध नाही असे जेव्हा मला सांगितले तेव्हा मला मनापासून आनंद झाला. नुसता आनंद झाला इतकेच नव्हे तर जॉर्ज वॉशिंग्टनला आपण ज्या एका अतिमानुष पातळीवर चढवून ठेवले आहे तिथून त्याला खाली उतरवून आपण त्याला सर्वसामान्य माणसांच्या साध्यासुध्या, दुबळ्या आणि प्रमादशील जगात आणले याचेही विलक्षण समाधान झाले. माणसे एकदा उच्च पदाला जाऊन पोहोचली म्हणजे आपण त्यांचे दैवतीकरण करतो आणि सामान्यांप्रमाणे वागण्याबोलण्याचा, चुका करण्याचा किंवा दुबळेपणा

दाखवण्याचा त्यांचा हक्क हिरावून घेतो. जॉर्ज वॉशिंग्टनच्या कथेप्रमाणेच इतरही अनेक मान्यवरांच्या बाबतीत घडलेले आहे असे जरा विचार करता आपल्याला आढळून येते. मग लोकमान्य टिळकांनी शाळेत शिकत असता आपण शेंगा खाल्ल्या नसल्यामुळे ती बाकाखाली पडलेली फोलफटे आपण उचलणार नाही असे शिक्षकांना दिलेले बाणेदार उत्तर टिळकांच्या जन्मतिथीला किंवा स्मृतिदिनाला पुनः पुन्हा आवर्जून सांगितले जाते. आगरकर एकच सदरा धुऊन वाळवून तो पुन्हा अंगात घालत ही कथा त्यांच्या संदर्भात बोलताना हटकून आठवते. शिवाजीमहाराजांनी कल्याणच्या सुभेदाराच्या सुनेला मातृवत मानून तिला चोळीबांगडीचा आहेर देऊन गौरवपूर्वक तिची पाठवणी केली या कथेला कसलाही ऐतिहासिक आधार नसताना ती आपण महाराजांच्या चारित्र्यसंपन्नतेचा पुरावा म्हणून पुनः पुन्हा एकमेकांना सांगतो. अशी किती तरी उदाहरणे देता येतील. या साऱ्यांचा अर्थ इतकाच आहे की, थोर माणूस हा बालपणापासून तसाच असावा, त्याला सामान्यत्वाने कुठेही स्पर्श करू नये अशी आपल्या मनाची उत्कट असोशी असते. खरोखर आपल्याला आदरणीय वाटणाऱ्या पुरुषोत्तमांची ती आपण मनाने बांधलेली पूजा असते.

याच प्रवृत्तीचा दुसरा एक भाग असा आहे की आपल्या प्रिय आणि आदरणीय व्यक्तींबाबत त्यांचे उणेपण दाखवणारा एखादा तपशील जर कुठे आढळला तर तो दडपून टाकण्यासाठी आपली धडपड चाललेली असते. पूर्वायुष्यात त्यांच्या हातून काही चुका झालेल्या असल्या, त्यांना काही व्यसने असली, त्यांनी काही गर्हणीय वर्तन केलेले असले तर त्याविषयी उघडपणे काही बोलणे आपल्याला उचित वाटत नाही. कुणी तसे काही सुचवले किंवा पुराव्यानिशी सिद्ध केले तरी त्याविरुद्ध आपण खवळून उठतो. त्या स्पष्टवक्त्या व्यक्तींची अडवणूक करतो. इतकेच नव्हे तर त्यांना 'मूर्तिभंजक', 'पावित्र्यविडंबक' अशी शेलकी विशेषणे लावून त्यांचा आपण निषेधही करतो.

हे असे का बरे होत असेल? त्याचे कारण येवढेच आहे की या थोर आणि अलौकिक व्यक्तींमध्ये आपण आपल्या आदर्शाच्या, परिपूर्णतेच्या कल्पना मूर्त होताना बघत असतो आणि त्याने आपण सुखावत असतो. आपण दुबळे असतो म्हणूनच हे थोर पुरुष आपादमस्तक बलिष्ठ असावेत असे आपल्याला वाटते. आपण स्खलनशील असतो म्हणून ते अस्खलित चारित्र्यसंपन्न असावेत ही आपल्या मनाची तळमळ असते. आपण लहानसहान मोहांना बळी पडतो म्हणूनच ते कसे संयमशील, कधीही मोहवश न होणारे आहेत हे स्वतःला आणि इतरांना पटवून देण्याची आपली सारखी धडपड सुरू असते. त्यांना आपल्यासारख्या साध्यासुध्या, चुकतमाकत, अडखळत मार्गक्रमण करणाऱ्या व्यक्ती म्हणून स्वीकारणे आपल्याला जड जाते.

असे आपण महापुरुषांच्या सतत शोधात असतो. ते आपल्याला मिळतातही. मग त्यांच्यातल्या उणिवा असल्याच तर त्या लपवून, क्षम्य मानून आपण त्यांचे निष्कलंक, आदर्श, विलोभनीय रूप सिद्ध करतो. पण मानवी स्वभावाचे कोडे गहन, अनाकलनीय असते हीच तर गंमत आहे. मग या अतिमानुष महापुरुषांचाही कधीकधी आपल्याला कंटाळा येऊ लागतो आणि आपण पुन्हा त्यांच्यामध्ये मानवीपणाच्या काही खुणा आढळतात का त्यांचा शोध घेऊ लागतो. तशा त्या आढळल्या तर आपल्याला आनंद होतो. न आढळल्या तर कल्पनेने त्या सिद्ध करून त्यांच्या व्यक्तिमत्त्वांना आपण त्या चिकटवतो आणि त्यांच्या दर्शनाने आपल्याला समाधान वाटते.

या विचित्र गोष्टींचा अन्वय कसा लावायचा? त्याचे कारण इतकेच की थोर पुरुष अतिमानवी असावेत ही जशी आपली अपेक्षा असते तसे त्यांच्यात थोडे मानवीपण आढळावे हाही आपला लाडका हट्ट असतो. हे विरोधाभासात्मक आहे खरे पण तसे ते आहे हेही खरे. थोरांच्या मानवीपणाच्याही Myths आपण तयार करतो. मग ज्ञानदेवांसारखा महान योगी सुद्धा कुणी 'संन्याशाचा पोर' म्हणून हिणवले तर व्यथित होऊन रुसून बसतो आणि धाकटी बहीण मुक्ताबाई 'ताटी उघडा ज्ञानेश्वरा' म्हणून त्या ब्रह्मवेत्त्या भावाची समजूत घालते हे दृश्य आपल्याला विलोभनीय वाटते आणि ज्ञानदेव समाधी घेतात त्यावेळी त्यांचे गुरू निवृत्तीनाथ सद्गदित होऊन शोक करतात हे त्यांचे मानवीपण आपण आनंदाने स्वीकारतो. म्हणजे आपल्याला महापुरुष हवेत. ते कधी अतिमानवी हवेत तर कधी मानवीही हवेत. आपण त्यांना दोन्ही रूपांत बघू इच्छितो आणि गंमत म्हणजे आपल्या या दोन्ही भुका अगदी सहज, स्वाभाविक असतात.

◆

चेहरे चेहरे

रस्त्याने जाता येताना कितीतरी नवे नवे अनोळखी चेहरे आपल्याला दिसतात. पण या असंख्य चेहऱ्यांपैकी एखादा विवक्षित चेहराच आपल्या मन:पटलावर ठळकपणे उमटून राहतो. तो आपण नंतर किती वेळ तरी विसरू शकत नाही आणि तो चेहरा पुन्हा केव्हाही, कुठेही दिसला तरी त्याची आपल्याला चटकन ओळख पटते. तो चेहरा सुंदरच असतो असे नाही. कित्येकदा कुरूप असतो. कधी अगदी सामान्य, दहाजणांसारखा असतो. तर कधी क्रूर आणि भयानक असादेखील असतो. तो विशिष्ट चेहराच आपल्या नजरेत का भरतो आणि मनात जाऊन का ठसतो, याला काही कारण सांगता येईलसे वाटत नाही.

काही चेहऱ्यांमध्ये आपल्याला ओळखीचा भास होतो. काही चेहऱ्यांत त्यावर उमटलेल्या भावांत आणि आपल्या त्या वेळच्या मन:स्थितीत एक विशिष्ट संवादित्व असते. तर काही चेहऱ्यांकडे बघताना आपल्या स्मृतिकोषात खोल कुठेतरी अंधुक चाळवाचाळव झाल्यासारखे वाटते. कित्येकदा तर एखादा चेहरा पाहून आपल्या मनात जाणिवेचे जे तरंग उमटतात त्यांचे निश्चित स्वरूप आपण पुरते समजून घेण्यापूर्वीच समोरचा चेहरा भोवतालच्या गर्दीत हरवूनही गेलेला असतो. गडद काळोखात वीज चमकावी, पुढ्यात काहीतरी वस्तू दिसावी, ती उचलून घेण्यासाठी आपण हात पुढे करावा पण त्या वस्तूजवळ हात जाऊन पोहोचण्यापूर्वीच पुन्हा सभोवती गडद काळोख पसरावा आणि आपण गोंधळून जागच्या जागी चाचपडत

चेहरे चेहरे । ५७

राहावे - अशा वेळी आपल्याला जे चुकल्याचुकल्यासारखे वाटते त्याचाच अनुभव समोरचा तो विशिष्ट चेहरा अदृश्य झाला म्हणजे येतो. जो चेहरा आजपर्यंत आपण कधीही पाहिलेला नव्हता आणि जो उभ्या आयुष्यात फिरून कधीही आपल्याला दिसण्याचा संभव नाही त्या चेहऱ्याच्या क्षणभराच्या दर्शनाने आपल्या मनात इतकी प्रचंड उलथापालथ घडावी हे खरे तर केवढे आश्चर्य म्हणायला हवे! असे कां बरे होत असेल? कविश्रेष्ठ कालिदासाने आपल्या एका प्रसिद्ध श्लोकात म्हटले आहे, 'रम्य वस्तू पाहून आणि मधून गीतशब्द ऐकून सुखी मनुष्याचे मनही हुरहुरते. पर्युत्सुक होते. कारण अशावेळी आपल्याला आपल्या पूर्वजन्मीचे काही लागेबांधे, काही ऋणानुबंध आठवतात आणि चित्ताला एक उत्कंठापूर्ण खिन्नता जाणवते.' ते अनोळखी चेहरे पाहून आपले मन उचंबळते, खळबळते किंवा एका मधुर औदासिन्याने भारावून जाते. त्या चेहऱ्यामागच्या व्यक्तीत आणि आपल्यात पूर्वजन्मीचे असेच काही नाते असू शकेल काय? कुणास ठाऊक.

काही चेहरे आपल्याला एकदम आवडतात तर काही चेहऱ्यांसंबंधी आपल्या मनात उगाचच काही प्रतिकूल भावना निर्माण होते आणि आश्चर्याची गोष्ट ही की, या आवडीनिवडीचा देखणेपणाशी क्वचितच संबंध असतो. आपल्या उभयतांमध्ये काही स्नेहभाव निर्माण झाला म्हणून ती व्यक्ती आपल्याला पुढे आवडू लागली, असे अनेकदा होते. पण इथे जडलेल्या आपुलकीत तसाही काही संभव असण्याचे कारण नसते. ही तर क्षणिक, पहिली आणि कदाचित पुढे कधीही न घडणारी भेट असते. ओळखदेखील नव्हे! हे काय गारूड असेल? कधी असाच असुंदर, अगदी कुरूप चेहराही मनातून एकदम आवडून जाईल तर कधी एखाद्या सुंदर चेहऱ्याकडे बघूनही मनात घृणा निर्माण होईल, असे होते हा आपला सर्वांचा अनुभव आहे.

चेहऱ्याचेहऱ्यांतही किती प्रकार असतात. काही चेहरे आरशांसारखे असतात. संथ सरोवराच्या पृष्ठभागावर भोवतालची जाडी आणि वरचे आभाळ जसे स्पष्टपणे प्रतिबिंबित झालेले असते त्याप्रमाणे अशा चेहऱ्यांवर सभोवताली चाललेल्या घडामोडींचे अगदी लख्ख चित्र उमटते. अशा चेहऱ्याच्या व्यक्तीजवळ बसलेला माणूस काय बोलत आहे ते आपल्याला ऐकायला आले नाही, तरी केवळ त्या व्यक्तीच्या चेहऱ्यावर जे भाव, ज्या प्रतिक्रिया प्रकट होतात, त्यावरूनही त्या बोलण्याची आपल्याला सहज कल्पना येते. काही चेहरे अगदी पारदर्शी असतात. त्यांच्याजवळ मुळी काही लपूनच राहात नाही. नदीच्या पाण्यातून तळची वाळू, शंखशिंपले दिसावेत त्याप्रमाणे हृदयातले सारे अनुकूल, प्रतिकूल भाव या चेहऱ्यांतून अगदी आरपार उमटलेले असतात. काही चेहरे फार 'हलते' असतात. संध्याकाळच्यावेळी आकाशात तऱ्हेतऱ्हेच्या रंगाच्या छटा जशा झरझर उमटून जातात त्याप्रमाणे अशा हलत्या चेहऱ्यांवर विविध भावनांच्या आणि विकारांच्या छटा अतिशय वेगाने

एकामागून एक उमटत असतात. काही चेहरे मोठमोठ्या दुकानांच्या दर्शनी भागात ठेवलेल्या काचेच्या शोकेसप्रमाणे असतात. जेवढे सुंदर, आकर्षक, प्रेक्षणीय तेवढेच नेमके नटवून सजवून विद्युद्दीपांचे झोत पाडून तिथे नीटनेटके मांडून ठेवलेले असते. त्यावरून आतल्या मालाच्या बरेवाईटपणाची हमी देता येईलच, असे कुणी समजू नये. आणि काही चेहरे मयसभेसारखे फसवे असतात. म्हणजे त्यांच्याबाबतीत जिथे जमिनीचा भास होतो तिथे पाण्यात गटांगळ्या खाण्याची पाळी येते आणि जिथे पाणी असेलसे वाटते तिथे खडकावर डोके आपटून नेमका कपाळमोक्ष होतो. या संदर्भात शेक्सपीयरच्या एका उक्तीचे स्मरण होते. तो महाकवी आपल्या 'मॅकबेथ' या नाटकात म्हणतो, 'जर तुम्हाला काळाला फसवायचे असेल तर त्याला अनुरूप असा चेहरा धारण करा. एखाद्या फुलासारखे निष्पाप, निर्व्याज दिसा. पण त्या चेहऱ्यामागे मात्र भयंकर फुत्कार टाकणारा विषारी सर्प सांभाळून ठेवा!'

कपाळ, गाल, नाक, ओठ हे सारे अवयव आपापल्यापरीने चेहऱ्यांचे वैशिष्ट्य व्यक्त करतात. पण चेहऱ्याचा सारा वेगळेपणा, व्यक्तिमत्त्व, भावगर्भता जर कशात साठवलेली असेल तर ती माणसांच्या डोळ्यांत. डोळ्यांमध्ये सारे ब्रह्मांड भरलेले असते. ओठांनी जे बोलून दाखवता येत नाही, ते डोळे सहज सांगून जातात. डोळे या मानवी अन्तःकरणाच्या खिडक्या आहेत. डोळे ही हृदयातील चैतन्याची साक्ष आहे. माणसांचा स्वभाव त्याच्या डोळ्यांवरून कळतो. माणसाचे शील त्याच्या डोळ्यांवरून अजमावता येते. माणसाची तल्लख बुद्धिमत्ता त्यांच्या डोळ्यांतच चमकताना दिसते. भीती, अनुकंपा, विलासी वृत्ती, प्रणय, क्रोध, असूया, तिरस्कार, विरक्ती, हर्षखेद- माणसाच्या मनःपृष्ठावर उठणाऱ्या विविध भावतरंगांचे प्रतिबिंब प्रथम जर कुठे दिसून येत असेल तर ते डोळ्यात! प्रतिभावंत डोळे, भावातुर आर्जवी डोळे, चतुर मुत्सद्यांचे धूर्त, कावेबाज डोळे, अर्भकाचे निष्पाप डोळे, यांतल्या एकेका नेत्रयुगुलात मानवी जीवनाच्या महाकाव्याचा एकेक सर्ग साठवलेला आहे. कोणत्याही चेहऱ्याचे छायाचित्र बघावे. त्यातले डोळे झाकून ठेवले तर त्या चेहऱ्याचे अर्धेअधिक वैशिष्ट्य उणावले आहे, असे आढळून येईल. Love at First Sight असा जो काव्यमय संकेत आहे, तो काही अगदीच भाबडा समजायचे कारण नाही. नुसत्या दृष्टिमीलनातूनदेखील उत्कट प्रेमभावनेचा प्रारंभ होऊ शकतो. आपल्याकडे नजरभेटीतून जुळणाऱ्या स्नेहासाठी 'तारामैत्रक' असा शब्द आहे, तो फार अर्थपूर्ण आहे.

चेहऱ्यांच्या संदर्भात आणखी एक गोष्ट सांगायला हवी. वाढते वय चेहऱ्यावर आपल्या पावलांच्या खुणा उमटवते. कपाळावर पडणाऱ्या आठ्या, सुरकुत्या, सैल पडत जाणारी त्वचा, ओठांभोवती किंवा डोळ्यांच्या कोपऱ्यात उमटणाऱ्या खोल रेषा ही वार्धक्याबरोबर येणारी अगदी अपरिहार्य लक्षणे आहेत. माणसे नेमकी याच

गोष्टींना भितात. कारण त्यामुळे चेहऱ्याची मोहक आकर्षकता कमी होते, याचे त्यांना भारी दु:ख वाटते. स्त्रिया तर या बदलांचा विलक्षण धसका बाळगून असतात. वयाच्या खुणा लपण्यासाठी नाना तऱ्हेच्या प्रसाधनांचा त्या वापर करू लागतात. हे सारे काही प्रमाणात आपण समजूही शकतो. कारण माणसाचे आत्मप्रेम उत्कट असते. आपला चेहरा - तो बरावाईट, सुरूप, कुरूप कसा का असेना - ज्याचा त्याला तो आवडतो. त्यामुळे अंगावर वेगाने चालून येणारे वार्धक्य चेहऱ्यावर आपल्या आक्रमणाचे शिलालेख उमटवू लागले की माणूस हादरून जातो आणि मग हे वाढते वय लपवण्याची त्याची केविलवाणी धडपड सुरू होते.

हे सारे जरी खरे असले तरी, वार्धक्य ही माणसांच्या चेहऱ्याला एक अतिशय सुंदर अशी देणगी देत असते. ती देणगी म्हणजे माणसाचे खास स्वत:चे असे व्यक्तिवैशिष्ट्य. पण त्यासाठी माणसांनी विविध प्रकारचे अनुभव घेतलेले असले पाहिजेत. सुखदु:खांचे आघात झेलले पाहिजेत, मुख्य म्हणजे त्याचे अंतरंग दिवसेंदिवस अधिकाधिक परिपक्व, चिंतनशील, समृद्ध होत गेले पाहिजे. असे अर्थपूर्ण जीवन घालवलेल्या वृद्धाच्या चेहऱ्यावर एक वेगळे सौंदर्य उमटते. ते बघण्याची, कळण्याची नेमकी नजर मात्र आपल्याला हवी. मग ध्यानात येईल की तरुणांच्या गोड, साजऱ्यागोजऱ्या, गुलगुलीत पण व्यक्तित्वशून्य चेहऱ्यापेक्षा असे वैशिष्ट्यपूर्ण वृद्ध चेहरे कितीतरी अधिक देखणे, वेधक दिसतात. थोर विचारवन्त, तत्त्वज्ञ, कवी, कारागीर, चित्रकार, शिल्पकार यांचे वृद्ध चेहरे किती सुंदर दिसतात. रवींद्रनाथ टागोर, महात्मा गांधी, चर्चिल, रसेल, आइनस्टाईन असे कितीतरी चेहरे या क्षणी माझ्या डोळ्यांसमोर आहेत. तरुण वयातले या थोरामोठ्यांचे फोटो आणि वार्धक्यातले त्यांचे फोटो यांची तुलना केली तर माझ्या म्हणण्याचा आशय ध्यानात येईल. तारुण्यातला चेहरा कदाचित देखणा, निरागस, उत्सुक, टवटवीत असेल, पण वार्धक्यातला चेहरा हे जीवनग्रंथाचे एक अर्थपूर्ण पान असते. अर्थात साऱ्याच वृद्धांचे चेहरे असे सुंदर दिसत नाहीत. काही चेहरे जसेच्या तसे मख्ख,निर्बुद्ध, अर्थहीन आणि कोरे करकरीत राहतात. पण काही चेहरे वार्धक्याबरोबर जास्त देखणे, बोलके आणि जीवनसरणीचे खोल दर्शन घडवणारे होतात. ज्ञानदेवांनी 'पतिव्रते आले वार्धक्य जैसे' अशी एक फार सुंदर ओळ लिहिली आहे. तरुण पतिव्रतेचे लावण्य कुणालाही दिसू शकेल. पण वृद्ध पतिव्रतेच्या चेहऱ्याचे भावसौंदर्य जाणून घ्यायला ज्ञानदेवांची प्रतिभाच हवी!

◆

तिळा उघड

मी कॉलेजात शिकत होते त्या काळातील एक आठवण. घरातील सारी माणसे त्या दिवशी गावात कुणातरी नातेवाइकांकडे जेवायला म्हणून गेली होती. आणि मला त्यांनी घर सांभाळायला, कुणी आले गेले बघायला एकटीला मागे ठेवले होते. मी बाहेरच्या खोलीत बसून काहीतरी वाचत होते. अचानक एक म्हातारे गृहस्थ दारात येऊन उभे राहिले. मी त्यांना लगेच ओळखले. आम्ही त्यांना सावळारामकाका म्हणत असू. माझ्या आजोबांचे ते अगदी घनिष्ठ मित्र. आजोबा काही वर्षांपूर्वी वारले होते. पण सावळारामकाकांनी आमच्या घराशी असलेला ऋणानुबंध तितक्याच जिव्हाळ्याने पुढे चालू ठेवला होता. राजुरी गावचे ते धनाढ्य बागाईतदार होते. तिथे त्यांची भरपूर शेती होती. केळीच्या बागा होत्या. दरवर्षी सावळारामकाका केळी विकण्यासाठी पुण्याच्या मंडईत केळ्यांनी भरलेल्या गाड्या बरोबर घेऊन येत. असे ते आले की एखादा दिवस तरी त्यांचा मुक्काम आमच्या घरी असे. येताना ते पिकलेल्या पिवळ्याधमक गोड केळ्यांचे मोठे मोठे लोंगर आमच्यासाठी घेऊन येत. आमच्या घरात इतकी केळी कशी संपणार? मग आम्ही त्यांतली बरीच केळी शेजाऱ्यापाजाऱ्यांना, नातेवाईकांना वाटून टाकत असू. केळी सावळारामकाकांच्या बागांतील, मोठेपणा मात्र आम्हाला मिळे!

तर ते हे आमचे सावळारामकाका आज घरी आले होते. मला ते माझ्या आजोबांसारखेच. त्यांना बघताच पुस्तक बाजूला ठेवून चटकन मी उठले, त्यांना

तिळा उघड । ६१

खाली वाकून नमस्कार केला. त्यांनी 'शताउक्ष' असा तोंडातल्या तोंडात काही आशीर्वाद दिला. मला तो कळलाही नाही. पण माझे काही भले त्यांनी चिंतले असावे! सावळारामकाका आत आले. पायातल्या जाड खंगरी वहाणा कोपऱ्यात काढून ठेवून ते दारालगतच्या आरामखुर्चीवर बसले. डोक्यावरचे तांबडे पागोटे काढून ते त्यांनी खुंटीला अडकवले. ऐन दुपारची वेळ. बाहेर ऊन नुसते रणरणत होते. सावळारामकाका घामाने चिंब भिजले होते. ते खूप दमलेलेही असावेत. मी स्वैंपाकघरात जाऊन थंडगार पाण्याचा भरलेला गडवा आणला आणि तो त्यांच्यापुढे ठेवला. लख्ख घासलेला, ओलसर लाल रंगाने चमकणारा तांब्याचा गडवा-पेला बघूनच सावळारामकाका प्रसन्न झाले. त्यांनी पेल्यात पाणी ओतून प्रथम दोन पेले पाणी घटाघटा पिऊन टाकले. मग थोडेसे पाणी त्यांनी आपल्या उघड्या टकलावर शिंपडले. ओला हात डोक्यावरून, तोंडावरून फिरवला. नंतर समाधानाचा निःश्वास टाकून ते म्हणाले,

'आहा! बरं वाटलं ग पोरी. फार तहान लागली होती.'

'घरातली माणसं आज जेवायला बाहेर गेली आहेत. मी चहा ठेवते. काही खायला करते.' मी आदबीने म्हटले. 'तोवर तुम्ही, मोरीत जाऊन हातपाय धुऊन घ्या. का थंड पाण्याने आंघोळच करता?'

'आंघोळ तर मी सकाळी करूनच निघालोय' सावळारामकाका म्हणाले, 'हातपाय तोंड मात्र धुऊन येतो. आता या वयात प्रवासाची दगदग सोसत नाही ग पोरी!'

सावळारामकाका न्हाणीघरात गेले. मी धुवट पंचा त्यांना हाततोंड पुसण्यासाठी काढून ठेवला आणि त्यांच्यासाठी फोडणीचे पोहे करण्याच्या उद्योगाला लागले. तोच एक पदार्थ मला त्यांतल्या त्यात जमत होता. खरे सांगायचे तर मनातून मी घाबरून गेले होते. सावळारामकाका मनाचे मायाळू. पण जिभेने फटकळ. शिस्तीने करडे. ते फारसे बोलतही नसत. आमची आजी, आई, काकादेखील त्यांना वचकून असायचे. माझ्यापुढे प्रश्न पडला होता, घरात दुसरे कुणी नाही आणि निदान दोन तास तरी कुणी येण्याची शक्यताही नाही. तेवढा वेळ मी या खाष्ट म्हाताऱ्याशी बोलायचे काय? त्यांची मर्जी कशी राखायची?

पोहे फोडणीला टाकून मी चहाचे आधण ठेवले आणि खोबरे, कोथिंबीर पेरलेली पोह्यांची बशी सावळारामकाकांच्या हाती नेऊन दिली. ते डोळे मिटून, पाय लांब करून आरामखुर्चीवर सैल अंगाने पसरले होते. माझी चाहूल लागताच त्यांनी डोळे उघडले. पोह्यांची बशी बघून त्यांचा चेहरा उजळला. पोहे खमंग झाल्याचे पुनः पुन्हा सांगत, माझे कौतुक करत त्यांनी बशी संपवली. गरम चहा चवीने घेतला. एकूण स्वारी मजेत होती. म्हटले, लक्षण काही वाईट दिसत नाही. तरी तास

दीडतास वेळ काढायचा कसा? इतक्यात एक कल्पना सुचून मी आशेने त्यांना म्हटले, 'काका, शेजारच्या खोलीत कॉट आहे. थोडे आडवे होणार का? जराशी झोप काढलीत तर बरं वाटेल.'

सावळारामकाका एकदम उसळले. ते जरा रागावूनच मला म्हणाले, 'दुपारी मी कधीच झोपत नाही. फार वाईट ते. अंगात आळस भरतो. पुरा सारा दिवस वाया जातो. तू झोपतेस की काय दुपारची? तरण्या पोरांना तर ते बिलकूल चांगलं नाही. समजलीस?'

झाले. सावळारामकाकांच्या तावडीतून सुटण्याची माझी आशा लयाला गेली. आता मला त्यांच्याशी काहीतरी बोलावेच लागणार! पण मी बोलू तरी काय? त्यांचे जग वेगळे. माझे जग वेगळे. मी जोरजोराने विचार करू लागले आणि एकदम मला आठवण झाली. लेकाच्या लग्नानंतर तब्बल पाच वर्षांनी सावळारामकाकांना नातू झाला आहे. फार दिवसांनी घरात तान्हे बाळ आले आहे. मला सुटल्यासारखे झाले. चला! सापडला छान विषय. मी म्हटले, 'काका, नातवाचे पेढे आले होते तुमच्याकडून. कसं आहे बाळ?'

नातू, पेढे, बाळ.ते शब्द कानी पडताच आतून झगझगीत दिवा लागावा तसा सावळारामकाकांचा चेहरा आनंदाने फुलून आला.

आरामखुर्चीवर सैल पसरलेला म्हातारा ताठ उठून बसला आणि मग ते अगदी उत्साहाने, बरोबरीच्या नात्याने माझ्याशी बोलू लागले. म्हणाले,

'अगं, बाळ कसं आहे म्हणून काय विचारतेस? असा वरवंट्यासारखा दांडगादुंडगा आणि भारी चळवळ्या... नऊ महिन्यांचा झालाय पण दिसतो वर्षासव्वावर्षाच्या पोरासारखा. सदा हसतमुख. बोळकं आपलं उघडलेलं. रडणं कसे ते ठाऊकच नाही. अन् कुणाच्याही अंगावर पटकन झेप घेतो...'

सावळारामकाकांना इतके आणि असे मनापासून बोलताना मी कधीच ऐकले नव्हते. पोटात माया उदंड पण बोलणे मोजके. अंतर ठेवणारे. पण तेच सावळारामकाका नातवाचा विषय निघाल्याबरोबर असे खुलले. मध्येच मी उत्सुकतेने त्यांना विचारले,

'बाळाचं नाव काय ठेवलंय?'

त्यावर सावळारामकाका डोळे बारीक करून असे मिष्किलपणे हसले, ते म्हणाले, 'तुला कॉलेजात जाणाऱ्या पोरीला अंदाजच नाही यायचा त्या नावाचा. आम्ही काय नाव ठेवलंय माहीत आहे का?'

'काय?' माझे कुतूहल आता चांगलेच जागे झाले होते.

'विठ्ठल!' सावळारामकाका मोठ्यांदा हसून म्हणाले, 'गेल्या किती पिढ्यांत आमच्या घरी पंढरीची वारी चालू आहे. मी तर पक्का वारकरी. ही गळ्यातील तुळशीची माळ बघ. इतक्या वर्षांनी घरात लेकरू आलं. मग ठेवलं झालं विठ्ठलाचं

नाव. नाही तरी लहान मूल देवाचंच रूप की!'

सावळारामकाका इतके छान बोलत होते. त्यांचे असे बोलणे मी कधी ऐकले नव्हते. असा चेहरा मी कधी पाहिला नव्हता. मग ते नातवाच्या एक एक गंमती मला सांगू लागले. त्याच्या रूपाचे त्यांनी सुरेख वर्णन केले. काळासावळा पण बाळसेदार पोरगा. भोकरासारखे टपोरे डोळे, त्यात काजळ, कपाळावर तीट, माथ्यावर खणाची गोंडेदार कुंची, पायात साखळ्या-वाळे, गोंडस गुबगुबीत हातांत काळ्या मण्यांच्या मनगट्या, त्यांचा तो मी न बघितलेला नातू साक्षात माझ्या डोळ्यासमोर उभा राहिला. म्हणजे सावळारामकाकांनी त्याचे वर्णनच तसे हुबेहूब केले. त्यामुळे मला खरोखर गहिंवरून आले. मग मी सावळारामकाकांना म्हटले, 'बाळ इतका गोंडस आहे तर दृष्ट काढते की नाही त्याची आजी?'

'अगं, ते काही विचारू नकोस.' सावळारामकाका म्हणाले, 'त्याची आजी का दृष्ट काढल्याविना राहणार? ती अगदी न चुकता दृष्ट उतरते बरं का त्याची! बरं, तू कधी येतेस आमच्या विठूला बघायला? असं करतो, मी स्वत:च एकदा येऊन तुला आमच्या गावी घेऊन जातो!'

आमचा संवाद असा रंगात आला होता, तोवर जेवायला गेलेली आमची माणसे परत आली. सावळारामकाका हसत हसत इतके मनमोकळे होऊन माझ्याशी बोलत आहेत हे बघून माझी आजी, आई - सर्वच माणसे आश्चर्याने थक्क झाली. सावळारामकाका संध्याकाळी मंडईत गेले तेव्हा आजीने मला विचारले,

'इतक्या काय ग तुमच्या दोघांच्या गप्पा चालल्या होत्या? हा खाष्ट म्हातारा तुला कसा इतका पावला?'

मी हसत हसत आजीला सारा वृत्तांत सांगितला. तो सांगताना मला अचानक 'अरबी भाषेतील सुरस आणि चमत्कारिक गोष्टीं'ची आठवण झाली. अलिबाबा आणि चाळीस चोर माझ्या नजरेसमोर उभे राहिले. 'तिळा उघड' हा मंत्र म्हटल्याबरोबर अलिबाबांसमोर चोरांची गुहा उघडली आणि तिथले रत्नमाणकांचे साठे त्याच्या डोळ्यांना दिपवत झगमगू लागले. प्रत्येक माणसाच्या मनात त्याची स्वत:ची खाजगी अशी एक गुहा असते. हिऱ्यामाणकांनी भरलेली, झगमगणारी, लखलखणारी. त्या गुहेचा कधी आपल्याला थांग लागत नाही. मग तिचे दर्शन होणे तर दूरच! पण चुकून केव्हा तरी 'तिळा उघड' हा मंत्र आपल्याला सापडतो आणि तो ओठांवर येताच समोरची गुहा अचानक उघडते.

सावळारामकाकांच्या मनात अशीच एक गुहा होती. मला तिचा कधी पत्ता लागला नव्हता, की तिचे अस्तित्व ठाऊक नव्हते. पण मी त्यांच्या नातवाचा विषय काढला मात्र. तो प्रश्न त्यांच्या मनाचा गुहेचा दरवाजा उघडणारा मंत्र ठरला, 'तिळा उघड.'

◆

नातेसंबंध जुने आणि नवे

काही संदर्भ शोधण्यासाठी परवा सहज जुन्या ओव्यांची वेगवेगळी संकलने चाळत होते. ती चाळताना संदर्भ बाजूलाच राहिला आणि मी ओव्याच वाचत बसले. त्यात हरवून गेले. मनात आले, जुन्या काळातल्या या अशिक्षित प्रपंचरत स्त्रियांनी आपले दैनंदिन जीवन जगताना आलेल्या अनुभवांतून किती सुंदर काव्य निर्माण केले आहे! पढिक पांडित्याची, काव्यशास्त्राची त्यांना कदाचित जाण नसेल. पण अंतरीचा उत्कट उमाळा आणि त्यातून स्वाभाविकपणे उचंबळून आलेले भाव किती नेटकेपणाने शब्दबद्ध केले आहेत! ओवीसारखा मराठी मनाला भावणारा लयशील सुंदर छंद आणि त्याच्या आश्रयाने शब्दांकित झालेले आपल्या असंस्कारित पण कविवृत्तीच्या बायाबापड्यांचे हे भावविश्व. त्यातले अनुभव मर्यादित असतील. पण 'अंतरीचे धावे स्वभावे बाहेरी' या रीतीने निर्माण झालेल्या या काव्यात एक सहजस्फूर्त गोडवा आहे. जुन्या वातावरणात, तिथल्या भावजीवनात आपल्याला ओढून नेणारी एक विलक्षण शक्ती आहे.

ओव्यांमागून ओव्या मी वाचत होते आणि एकेका ओवीबरोबर एकेक जुनी आठवण जागी होत होती. विशेषत: त्यातल्या विविध नातेसंबंधाच्या ज्या ओव्या आहेत त्या वाचताना बालपणी मी स्वत: पाहिलेल्या आमच्या नात्यातले ते जुने स्त्रीपुरुष पुन्हा एकदा माझ्यासमोर जिवंत होत होते. आईवडील, आजोबा, आजी ही तर जवळची माणसे. पण माझ्या बालपणातल्या जीवनात चुलती, मामी, मावशी,

नातेसंबंध जुने आणि नवे । ६५

आत्या याही अगदी जवळिकीच्या नात्याने वावरत होत्या. या स्त्रियांबरोबर चुलता, मामा, आतेचा किंवा मावशीचा नवरा यांचाही अंतर्भाव झालेला होता. आजच्यासारखी ही सर्व मंडळी तेव्हा दूरस्थ नव्हती. ती सारीजण आमच्या अवतीभवती प्रत्यक्षपणे वावरत होती. माझ्यासारख्या लहान मुलांचे लाडही करत होती. प्रत्येक नात्याला त्याचे स्वत:चे असे एक वेगळे रूप होते. त्याचा म्हणून एक विशिष्ट गोडवा होता. या सर्व नातेवाईकांच्या प्रेमाने आमचे बालपणीचे अनुभवविश्व खूप समृद्ध झाले होते. त्यात आजोळाला त्याचे स्वत:चे असे खास स्थान, खास आकर्षण असावयाचे. 'मामाचा वाडा' हा तेव्हाच्या बालमनात अगदी नकळत्या वयापासून रुजलेला होता. 'लिंबुणीचं झाड करवंदी! मामाचा वाडा चिरेबंदी' हे बडबडगीत बोबड्या बोलणाऱ्या मुलांपासून सगळ्यांना तोंडपाठ असायचे. शालेय कवितांच्या आधी या पारंपरिक कविता त्यांच्या जिभेवर खेळू लागायच्या. आजोळी जायचे झाले तर आजोबा, आजीइतकीच मामा, मामींची आठवण मनात दरवळू लागे. आमची मामी आम्हा भाचरांचे खूप कोडकौतुक करी. लहान मुलांसाठी लिहिलेल्या एका बालगीतात मी म्हटले आहे -

मामी गोऱ्या रंगाची
चोळी हिरव्या भिंगाची
पदर घेते डोईवरून
मामी हसते गालभरून
दूधशेवया ताटभरी
वरी तुपाची धार धरी!

यात थोडासा कल्पनाविलास असेल, आहेही! आमची मामी गोरी नव्हती आणि हिरव्या भिंगाची चोळीही तिने कधी घातलेली मला आठवत नाही. पण एकूण कवितेला वास्तवाचा भक्कम आधार आहे. मामी खरोखरच ताटभर दूधशेवया वाढून पुढ्यात ठेवायची. वर लोणकढ्या तुपाची चळचळीत धार धरून आम्हांला भरपूर खाऊपिऊ घालायची. माझ्या पिढीतले जे लेखक, कवी आहेत त्यांच्या कवितांतून मामामामींचे प्रेम परोपरीने व्यक्त झालेले दिसेल. ग. दि. माडगूळकर आपल्या एका चित्रपटगीतात आजोळी निघालेल्या छोट्या मुलांचे मनोभाव पुढील शब्दांमध्ये व्यक्त करतात -

मामाची बायको सुगरण
रोज रोज पोळी शिकरण
कोट विजारी लेवू या
मामाच्या गावाला जाऊ या!

आमच्याच पिढीतले एक ज्येष्ठ कवी वि. म. कुलकर्णी यांनीही आपल्या

'मामाचा गाव आला' या कवितेत आजोळबद्दलच्या आपल्या भावना पुढील साध्या पण गोड ओळींत लिहून ठेवल्या आहेत-

भल्या मामाचे मामीचे

आता भेटेल गोकुळ

फांदीवर पिकलेले

साखरेचे सीताफळ!

आजोळ, तिथला वाडा, तिथे नांदणारे मामा आणि मामी यांचे जुन्या पिढीतल्या मराठी कवींनी असे परोपरीने आणि प्रेमाने चित्र रंगवले आहे. मामा मामींच्या संबंधीचे ज्येष्ठ कवींच्या कवितांतले संदर्भ मी जरा विस्ताराने दिले. पण हीच गोष्ट काकी, आत्या, मावशी इत्यादी नातलगांच्या बाबतीतही खरी आहे. भावाबहिणींचे प्रेम, रागरुसवे, चेष्टा, मस्करी हीही जुन्या मराठी काव्यात वैपुल्याने आलेली आहे, याचे कारण जुन्या एकत्र कुटुंबपद्धतीत या सर्व नात्यांची जपणूक केली जात असे. आणि प्रत्येक नातेसंबंधातला भिन्न भिन्न गोडवा विशेषतः लहान मुलांच्या अनुभवाला येई. बायकांच्या ओव्यांत या नात्यांची अतिशय गोड चित्रे रंगवलेली आढळतात आणि आपल्या अनुभवाचाच एक आविष्कार म्हणून माझ्यासारखीला त्या ओव्यांतले स्वारस्य समजू शकते. आता या क्षणी अशा कितीतरी ओव्या मला आठवत आहेत. आत्या आणि भाचा यांच्या संवादाची ही एक ओवी बघावी-

भावाची आंबेराई पिकून झाली लाल

भाचा म्हणे, 'आत्याबाई आंबे खायला तू चाल!'

आणखी ही एक ओवी याच नातेसंबंधावर आधारलेली आहे.

भावाला झाला लेक आत्या करिते बारसे

रेशमाची कुंची तिला बिलोरी आरसे!

भाच्याप्रमाणे भाचीचेही आत्याला कौतुक असतेच आणि ते ती परोपरीने करत राहते. पुढील ओव्या भाचीवरील प्रेमाचे दर्शन घडवतात. भाची घरी आली की तिला न्हाऊ धुऊ घालणे. तिच्यासाठी धारवाडी खणाची परकर चोळी शिवणे, तिला बांगड्या भरणे हे सारे तिची आत्या मोठ्या जिव्हाळ्याने करते.

बारीक बांगडी गोऱ्या हाती झगाझगा

लाडक्या भाचीला दृष्ट होईल घालू नगा

लाडाची भाची तिला चोळी, परकर खणाचा

आत्या म्हणे, 'माझा हेत पुरला मनाचा!'

भावाची मुलगी, आत्या आपल्या मुलाला करून घेते हा आपल्याकडचा एक जुना संकेत आहे. त्याला उद्देशून रचलेली ही ओवी पहा.

भाचीला बघताना हरखली मनातून
आत्या म्हणे, 'मला होईल हीच सून!'

मामी, आत्या यांच्याइतकीच मावशी, चुलती ही देखील पूर्वी लहान मुलामुलींच्या ओळखीची आणि प्रेमाची नाती होती. 'माय मरो मावशी उरो' ही आपली प्रसिद्ध म्हण मुलांच्या जीवनातले मावशीचे महत्त्व सूचित करते. आत्याप्रमाणे मावशीही भाचाभाचींचे लाडकोड पुरवते. या काही ओव्या त्याची साक्ष पटवतात.

- आईपरीस मावशी पुरविते लाडकोड
किती दा तिनं मला चारिले दूधपेढं

- मावशी ग बाई मला बोलावू पाठव
नाही येऊ दिला माहेराचा तू आठव

- आईच्या माघारी मावशी लावी जीव
ओलांडू नाही दिली कधी माहेराची शीव!

अशाच ओव्या चुलतीच्या संदर्भातही वाचायला मिळतात. आता ही सारीच नाती निखळ प्रेमाची असतात असे नाही. कुठे हेवादावा, कुठे मत्सर असेही असते. चुलती कधी प्रेम करते तर कधी पुतणीशी दुराव्याने वागते. ही एक ओवी त्या दृष्टीने लक्षणीय आहे-

माउलीची माया काय करील चुलती?
पंढरीचा खण चोळी होईना पुरती.

पंढरपूरचा प्रसादाचा खण नेहमी अपुरा असतो. त्याची चोळी ठाकठीक बसत नाही. चुलतीच्या हिशेबी प्रेमासाठी वापरलेली ही प्रतिमा किती समर्पक आहे!

आमच्या लहानपणी या वेगवेगळ्या कौटुंबिक नात्यांचे वेगवेगळे रंग आम्ही पाहिले. त्यांचा वेगवेगळा अनुभव घेतला. म्हणूनच माझ्यासारखीला त्या संदर्भातल्या ओव्या वाचताना पुन:प्रत्ययाचा आनंद मिळाला. त्याबरोबरच लेखाच्या प्रारंभी म्हटल्याप्रमाणे, आजच्या लहान मुलामुलींना ही नाती ठाऊकच नसतात याचा थोडा विषादही वाटला. 'आजच्या कवितेतली आई कुठे गेली?' असा एक लेख कुसुमाग्रजांनी लिहिला आहे. आणि यशवंतांच्या 'आई'सारख्या मातृप्रेमाची महती गाणाऱ्या कविता आज का लिहिल्या जात नाहीत याचे विवेचन त्यात त्यांनी केले आहे. आईप्रमाणेच कवितेतली मामी, आत्या, मावशी, काकी याही आज हरवल्या आहेत. लक्ष्मीबाई टिळकांच्या 'मी तुझी मावशी तुला न्यावया आले' सारखी घरगुती गोड कविता आज लिहिलीच जाणार नाही. आजची विशिष्ट जीवनसरणी, एकत्र कुटुंबपद्धतीचा अभाव, माणसांच्या परस्परसंबंधात अपरिहार्यपणे येऊ लागलेली तटस्थ उदासीनता यामुळे जुनी अनेक नाती, त्यांतले कोवळे भावबंध आज कालबाह्य ठरत आहेत. मग कौटुंबिक नातेसंबंधांच्या जुन्या ओव्या आज कोण वाचणार? आणि त्यातला गोडवा

तरी कुणाच्या मनाला भिडणार?

पण मग आजच्या आपल्या घराघरातल्या छोट्या मुलामुलींना असले काही नाते नकोच आहे का? तसेही दिसत नाही. जुन्या माम्या, आत्या, मावश्या, काक्या आज त्यांच्या जीवनातून अदृश्य झाल्या असतील. पण त्यांच्या जागी वडिलांचा एखादा मित्र, आईची मैत्रीण, एखादी प्रौढ वत्सल शेजारीण यांच्याशी मुलांची अशीच लडिवाळ नाती जमतात. त्यांनाच मुले 'अंकल', 'आंटी', अशा नावांनी हाक मारतात. वाढदिवसाला त्यांची आतुरतेने वाट बघतात आणि आम्ही गोडी शेव, रेवड्या, बत्तासे अशा वस्तू जेवढ्या प्रेमाने खात असू तेवढ्याच चवीने ही मुले भेटीदाखल कुणी आणलेला केक, चॉकलेट किंवा आईस्क्रीम खातात! जुने नातेसंबंध हरवले तरी त्यांची जागा हे नवे नातेसंबंध घेत आहेतच की! खंत करण्याचे फारसे कारण नाही.

◆

रिमझिम पाऊस पडतो बाई

पाऊस मुसळधार पडतो आहे आणि मी माझ्या खोलीत खिडकीशी बसून त्याचा आनंद लुटते आहे. पावसाच्या धारांची एक संथ लय लागली आहे आणि ती खोलवर माझ्या मनाला, माझ्या व्यक्तित्वाच्या अगदी गाभ्याला जाऊन भिडते आहे. घराभोवती पावसाच्या धारांनी जणू एक संरक्षक पिंजरा उभा केला आहे आणि निदान या घटकेपुरते तरी त्याने बाहेरच्या जगापासून मला अलग करून टाकले आहे. यावेळी फक्त मी आणि हा पाऊस. आमच्या दोघांमध्ये आणखी कुणीही तिसरे नाही आणि पावसाशी झालेला हा एकांत मला अगदी हवाहवासा वाटत आहे. तसा पावसाचा सामुदायिक पातळीवरून अनुभव मी अनेकदा घेतला आहे. रस्त्यावरच्या गर्दीतून चालताना, हॉटेलात बसून कढत चहा पिताना, भलत्या वेळी पावसात सापडल्यामुळे एखाद्या घराच्या वळचणीखाली उभे राहून पावसापासून स्वत:चा बचाव करताना अनेक वेळा मी पावसाला भेटले आहे. त्याच्या वर्षावात भिजून चिंब झाले आहे आणि भलत्या वेळी भलत्या जागी त्याने मला गाठून माझी गैरसोय केल्यामुळे चिडून मी त्याला मनातल्या मनात शिव्याशापही दिले आहेत. पण आता आपल्या घराच्या निवाऱ्यात, सुरक्षित जागी बसून, खिडकीतून हा पाऊस बघताना माझे मन आनंदाने भरून येत आहे. हा पाऊस सर्वांसाठीच पडतो आहे हे मला ठाऊक आहे आणि तरी या क्षणी तो माझा, फक्त माझा आहे. आणि फक्त माझ्यासाठीच तो असा भरभरून कोसळतो आहे. हा पाऊस बघताना शास्त्रीय संगीत

सादर करणाऱ्या गायकाची मला आठवण येते. खरे तर तो कलाकार मैफलीला हजर राहिलेल्या सर्व श्रोत्यांसाठी गात असतो, पण ते गाणे ऐकताना एखादा क्षण असा येतो की तो हॉल, तो दिव्यांचा झगमगाट, रसलुब्ध श्रोत्यांची ती रंगलेली चित्तवृत्ती, त्यांच्या मुखातून घटकेघटकेला दिली जाणारी दाद- साऱ्यांचा आपल्याला विसर पडतो आणि तो गायक फक्त आपल्यासाठी गात आहे असा एक विलक्षण प्रत्यय येतो. या क्षणी खिडकीतून हा पाऊस बघताना मला अगदी नेमका तोच अनुभव येत आहे. वाटते, या क्षणी जगात फक्त मी आणि हा पाऊस आहे. दुसरे तिसरे कुणीसुद्धा नाही.

पण नाही कसे? मी आणि पाऊस आम्ही दोघेच एकमेकांच्या संगतीचा आनंद अनुभवत असताना आणखी कुणीतरी अगदी सहजगत्या तिथे आले आणि त्या व्यक्तीच्या आगमनाने आनंद कमी होण्याऐवजी तो एकदम कितीतरी पटीने वाढला. कोण बरे ही व्यक्ती? ती कविता, आयुष्यातल्या कोणत्याही बऱ्यावाईट क्षणी, सुखदुःखाच्या घटकेला अगदी न चुकता आठवणारी, साक्ष देणारी, आनंद वाढवणारी आणि दुःखाची तीव्रता कमी करणारी कविता. आता या पर्जन्यानुभवांतही ती नकळत सामील झाली आहे आणि त्या अनुभवाचे अनेक पैलू दाखवणाऱ्या, त्याचा आनंद अधिक उत्कटतेने माझ्या प्रत्ययाला आणून देणाऱ्या कितीतरी जुन्या नव्या कवींच्या काव्यपंक्ती ती तत्परतेने मला सादर करते आहे.

माडगूळकरांची एक खूप जुनी कविता मनाच्या तळातून उसळून अचानक वर येते. कविताच, चित्रपटातले गीत नव्हे. फार वर्षांपूर्वी 'मौज' च्या दिवाळी अंकात ही कविता आली होती. तिचे शीर्षक होते, 'स्नानगृहातील गीत.' पण गीत म्हटले तरी होती ती कविताच आणि फार सुंदर कविता होती. पावसात स्नान करणाऱ्या एका वेलीचे शब्दचित्र माडगूळकरांनी त्या कवितेत रंगवले होते. तिच्या प्रारंभीच्या ओळी अशा होत्या-

रिमझिम पाऊस पडतो बाई
भिजतो मांडव, भिजते जाई!

पावसाची अखंड रिमझिम चालू आहे. बागेतला मांडव भिजत आहे आणि त्या मांडवावर चढवलेली जाईची वेलही भिजते आहे. भिजून शहारते आहे आणि आपले हे ओलेचिंब लावण्य कुणी बघत तर नसेल ना या स्त्रीसुलभ शंकेने थरथर कापतेही आहे. वेल कसली? ही तर स्नानगृहातील अबोध कुमारिकाच. माडगूळकर पुढे म्हणतात-

पानोपानी ओली सळसळ
करी गुदगुल्या वारा अवखळ
कळीकळीचे शहारते दळ
सुगंध आतिल देइ जांभई!

स्नानगृहात स्नान करणाऱ्या या वेलीच्या खोड्या काढतो आहे वारा. तो अवखळपणे तिला गुदगुल्या करतो. वेल अगदी विलक्षण लाजून जाते, तिची कळीकळी- नव्हे कळीकळीच्या पाकळ्या सुद्धा शहारतात. आणि आत दडलेला सुगंध आळसावल्यासारखा होऊन जांभई देतो. नंतर काय घडते?

बहरून येता अवघी अंगे
आनंदावर गंध तरंगे
खुणवून वारा उन्हास सांगे
एक कवडसा चोरून पाही!

जाईची वेल झिमझिमत्या पावसात स्नान करते. भिजून चिंब होते. तिची अंगे जणू बहरून येतात. स्नानानंतर तिच्या सर्वांगातून सुगंध दरवळतो. स्नानाचा आनंद भोगणारी ती वेल साऱ्यांपासून स्वतःला लपवू बघते. पण तिचा तो प्रयत्न विफल होतो. तिला गुदगुल्या करणारा अवखळ, थट्टेखोर वारा उन्हालासुद्धा त्या वेलीकडे बघण्यास खुणावून सांगतो. मग एक कवडसा चोरून मांडवावरच्या पालवीतून आत घुसतो. असे हे सारेजण स्नानगृहातल्या त्या वेलीचे ओले सौंदर्य बघतात. पण त्यात कुठेही अभद्र पापवासना नाही. आहे तो सारा निष्पाप, निरागस, खेळकर आनंद आणि एका जवळिकीच्या भावनेने केलेली वेलीची निर्मळ मस्करी. पावसात भिजणारा मांडव आणि त्यावर चढवलेली, पावसात भिजणारी जाईची वेल यांतून माडगूळकरांनी एका स्नानमग्न कुमारिकेचे, तिच्या भिजलेल्या देहाचे आणि उत्फुल्ल पण लाजऱ्या मनःस्थितीचे जे चित्र रेखाटले आहे ते किती सुंदर, किती चित्रदर्शी, किती प्रत्ययकारी आहे.

पण आता माझ्याजवळ आलेल्या कवितेने केवळ ही एकच जुनी आठवण जागी केली असे नाही. पावसाशी या ना त्या रीतीने निगडित असलेल्या आणखी कितीतरी ओळी मला भराभर आठवू लागल्या. कोकण मी कित्येक वर्षे पाहिलेले नव्हते. 'हिरवे तळकोकण' सारख्या कवितेतून कोकणचे रूपदर्शन मला झाले होते. पण ही कविता लिहिणारे चिपळूणचे कवी माधव यांचेच समकालीन आणि चिपळूणचेच रहिवासी 'आनंद' या नावाने कवितालेखन करणारे वि. ल. बर्वे यांच्या एका कवितेतल्या पुढील ओळी मला वाचताक्षणीच फार आवडल्या होत्या. आजचा पाऊस बघताना कवितेने मनातल्या या ओळींना जाग आली. ओळी अशा आहेत:-

सळ सळ सळ पाऊस कोसळे
हिरवाळून हे मळे
उमलले सोनटक्क्याचे कळे
अंगणात साचल्या जळावर
पागोळी सळसळे
बुडबुडा इकडून तिकडे पळे!

खरे तर ही कविता मी पहिल्याप्रथम जेव्हा वाचली तेव्हा कोकण जसे मी पाहिलेले नव्हते त्याप्रमाणे सोनटक्क्याची फुलेही मी बघितली नव्हती. पण आनंद कवींची कविता वाचली आणि पावसाचा विलक्षण, उत्कट, पंचेंद्रियांनी आस्वाद घ्यावा असा अनुभव आला. सळसळ कोसळणारा पाऊस, हिरवेगार झालेले मळे आणि उमलून आपला सुगंध सर्वत्र उधळणारे सोनटक्क्याचे कळे -त्यांनी एकाच वेळी नाद, रंग, गंध अशा आपल्या ऐंद्रिय संवेदनांना जाग येते आणि पावसाचा प्रत्यय अधिक अर्थपूर्ण, समृद्ध होतो. पुढे कोकण जेव्हा प्रत्यक्षात पाहिले, तिथला सळसळ कोसळणारा पाऊस अनुभवला तेव्हा आनंद कवींची कविता साक्षात माझ्या पुढ्यात आली आहे असे वाटले.

या कवितेतल्या 'पागोळ्या' शब्दावरून आणखी एक जुनी आठवण मनात जागी झाली. एक कविता, कवी जुन्या पिढीतला. त्यांचे नाव हरि सखाराम गोखले. त्यांची 'पागोळ्या'याच शीर्षकाची कविता आहे. तिच्या प्रारंभीच्या ओळी अशा आहेत-

पागोळ्या गळती झरझर कशा या पांढऱ्या गोजिऱ्या
गेहाच्या निटिलावरी सुबकशा मुंडावळ्या बांधिल्या
जेथे दीन दरिद्रतेसह आम्ही संकोचुनी राहतो
त्या गेहावरूनी प्रवाह रजता आता तुझा वाहतो!

कविता आठवली आणि कोसळणाऱ्या पावसाला जणू आणखी एक परिमाण प्राप्त झाले. हा पाऊस गरिबाच्या घरावर कोसळतो आहे. छपरावरून पांढऱ्याशुभ्र गोजिरवाण्या पागोळ्या गळत आहेत. त्या बघताना कवीच्या मनात येते, या पागोळ्या किती सुंदर दिसतात. घराच्या कपाळावर या सुबक मुंडावळ्याच जणू कुणी बांधल्या आहेत! पागोळ्यांच्या धारा म्हणजे मुंडावळ्यांचे मोत्याचे हार ही कल्पना जेवढी नावीन्यपूर्ण तेवढीच हृद्य आहे. पण कवितेच्या पुढच्या ओळी अधिक हृदयस्पर्शी आहेत, कवी दरिद्री आहे. त्याचे कुटुंब एका लहानशा घरात राहते आहे. कारण त्या गर्दीतच दारिद्र्यही वसतीला आले आहे. पण पावसाने, पावसाच्या वाहणाऱ्या पागोळ्यांनी त्या गरीब घराला अचानक एक वैभव प्राप्त करून दिले आहे. कवी म्हणतो, 'ज्या लहानशा घरात आमच्या दैन्यासह आम्ही कसेबसे अडचणीत दिवस काढतो आहोत त्यावरून हे पावसा, तुझ्यामुळे आज प्रत्यक्ष रुप्याच्या धारा कोसळत आहेत!'

बाहेर पडणाऱ्या पावसाने आणि त्याच्याबरोबर अकस्मात प्रकट झालेल्या कवितेने मनात अशी कितीतरी सुंदर कवितापंक्तींना जाग आली. संस्कृत श्लोक, जुन्यानव्या मराठी कवींच्या कविता, जपानी हायकू आणि चिनी प्रेमगीते- एकापाठोपाठ एक सारे माझ्या भेटीला आले. पाऊस अजूनही कोसळत होता. मी स्वत:शीच गुणगुणले 'रिमझिम पाऊस पडतो बाई!'

◆

तत्त्वज्ञान हवेच कशाला?

माझ्या परिचयाचे एक प्राध्यापक आहेत. फार विद्वान आणि चिकित्सक वृत्तीचे आहेत. साहित्याची तर त्यांना उत्तम जाण आहेच पण अध्यात्म, तत्त्वज्ञान अशा अवघड विषयांतही त्यांना गती आहे. ज्ञानेश्वरीचे ते गाढे अभ्यासक आहेत. त्यामुळे त्यांच्याशी बोलणे - खरे म्हणजे अनेक विषयांवरचे त्यांचे बोलणे ऐकणे - हा एक रंजक आणि उद्बोधक अनुभव असतो. परवा असेच आम्ही बोलत होतो. बोलताना कसा कोण जाणे, गप्पांचा ओघ 'तत्त्वज्ञान' या विषयाकडे वळला. मी त्यांना विचारले, 'तत्त्वज्ञान म्हणजे काय? मला तर या शब्दाचा नेमका अर्थही कळलेला आहे असे वाटत नाही.'

त्यावर प्राध्यापक म्हणाले, 'अध्यात्म काय किंवा तत्त्वज्ञान काय, ही नावे आपल्याला वाटतात तितकी गहन खचित नाहीत. अगदी आपल्या दैनंदिन जीवनातही तत्त्वज्ञानाचा आधार आपल्याला सहज घेता येतो. ही सृष्टी काही विशिष्ट नियमांनी बांधलेली आहे. निसर्गाचे विवक्षित कायदे आहेत. आपले आयुष्य आपण आपल्या इच्छेनुसार जगू बघतो. पण कधी कधी आपल्या आशाआकांक्षा, आपले मनोरथ यांच्याशी निसर्गनियमांचा संघर्ष होतो आणि आपण पराभूत होतो. फार मोठे दुःख आपल्या वाट्याला येते. पण निसर्गाला आपल्या सुखदुःखाची पर्वा नसते, हे ध्यानात घेऊन जर आपण स्थितप्रज्ञ वृत्तीने वागलो तर आपल्यावर शोकाकुल होण्याचा प्रसंग येणार नाही, असे वागणे याचेच नाव तत्त्वज्ञान!'

'एखादे उदाहरण देऊन हा मुद्दा स्पष्ट कराल का?' मी भीत भीत प्रश्न केला. एखाद्या लहान मुलाची समजूत काढताना प्रौढ माणसाने हसावे तसे हसून प्राध्यापक मला म्हणाले,

'असं बघा, एखादा पुरुष जेव्हा आपल्याला अत्यंत प्रिय असलेल्या स्त्रीशी विवाह करतो तेव्हा 'मी उभ्या आयुष्याला पुरून उरेन' अशी काही तिने त्याला हमी दिलेली नसते. पुरुष मात्र ही स्त्री जन्मभर आपल्याला साथ देईल अशी अपेक्षा बाळगून चालतो आणि आयुष्याच्या अर्ध्या वाटेवर जीवनाची ही जोडीदारीण मृत्युमुखी पडली तर तो दु:खाने खचून जातो. पण हा शोक निरर्थक असतो. मानवी जीविताची अनिश्चितता, क्षणभंगुरता त्याने ध्यानात घेतली नाही हा दोष कुणाचा? त्याचा स्वत:चाच ना?'

प्राध्यापकांचे उदाहरण जसे स्त्रीला तसे पुरुषालाही लागू पडत होते. पण त्यांनी स्त्रीला जीवनाच्या क्षणभंगुरतेचा बळी ठरवून पुरुष मात्र सुरक्षित ठेवला होता. हा बारकावा माझ्या ध्यानात आला आणि पुरुषी मनोवृत्तीची मला गंमत वाटली. पण माझे विचार बोलून न दाखवता मी इतकेच म्हटले,

'आपल्या प्रेमाच्या स्त्रीशी विवाहबद्ध होताना त्या बिचाऱ्याने या गोष्टी ध्यानात घेतल्या नाहीत, हा त्याचा दोष तर खराच - आणि त्याचा शोकही केवळ निरर्थक असेल, पण पत्नीच्या वियोगामुळे त्याला वाटणारे दु:ख-निदान ते तर खरे असते ना?'

माझा प्रश्न ऐकून प्राध्यापकांनी क्षणभर माझ्याकडे निरखून पाहिले आणि मग मिस्किलपणे हसून ते मला म्हणाले, 'आता बोलू नये पण बोलतो. अहो तो शोक सुद्धा खोटाच. अर्थात त्यातला काही भाग खराही असेल. पण बाकीचे बरेचसे केवळ काव्यच असते. आपले अत्यंत आवडते माणूस मृत्यूने म्हणा व अन्य काही कारणाने म्हणा, आपल्याला दुरावले तर आपणास दु:ख होते ही गोष्ट खरी आहे. पण हे 'दु:ख' होते म्हणजे काय होते? एक तर त्या व्यक्तीविषयी आपल्या हृदयात जी ममत्वभावना असते ती व्याकुळ होते आणि दुसरे म्हणजे आपल्या दैनंदिन व्यवहारातून ती व्यक्ती निघून गेल्यामुळे तिथे जी एक पोकळी निर्माण होते ती आपल्याला सहन होत नाही. त्यामुळे काही दिवस चुकल्या-चुकल्यासारखे वाटते आणि या वाटण्याला आपण दु:ख म्हणतो. वस्तुत: हे दु:ख नसते तर हा केवळ रोजच्या ठराविक जीवनक्रमात, दैनंदिन कार्यक्रमात झालेला एक बदल असतो. आपल्याला मात्र वाटते, हेच दु:ख!'

प्राध्यापकांचे बोलणे ऐकून माझे मन फारच उद्विग्न झाले. मी म्हटले, 'हे सारे किती भयंकर वाटते!'

'भयंकर आहे पण त्याला काही इलाज नाही.' प्राध्यापक म्हणाले, 'आपले

जीवन, तिथले नियम हेच मुळी भयंकर आहेत. कठोर आहेत. म्हणूनच तत्त्वज्ञानाची मातब्बरी, जीवनाची ही सारी स्थितप्रज्ञ, विवेकशाली वृत्ती अंगात बाणवून घेता आली की, मग कोणत्याच दुःखाचे भय वाटेनासे होते. अशी जाणीव झालेले लोक म्हणजेच तत्त्वज्ञानी लोक!'

थोड्या वेळाने माझा निरोप घेऊन प्राध्यापक निघून गेले. तरीदेखील माझ्या मनावरचे खिन्नतेचे सावट दूर झाले नाही. त्यांनी जे सांगितले ते खरे असेल- नव्हे, आहेच. पण ते भीषण सत्य मला सहन होईना. या आयुष्यात माणसाच्या हाती काहीच नाही वारुळावर हत्तीने सहज पाय द्यावा आणि त्या पावलाखाली लक्षावधी मुंग्या क्षणार्धात चिरडून जाव्यात तद्वत नियतीच्या, निसर्गाच्या क्षणिक लहरीने उद्ध्वस्त होऊन जावे एवढाच या मानवी जीवनाचा अर्थ? मग मानवाची संस्कृती, त्याची सुंदर कला, निसर्गाशी अविरत झगडूनच त्यावर त्याने वेळोवेळी मिळवलेला विजय - हे सारे केवळ क्षणभंगुरच म्हणायचे का?

एकाएकी जीवनातील सारा रंग उडून गेल्यासारखे मला वाटू लागले. मन भीतीने झाकोळून गेले. प्रियजनांच्या चिरवियोगानंतर होणाऱ्या दुःखाचा त्या प्राध्यापकांनी मला जो अर्थ सांगितला तो तर या साऱ्या गोष्टींहूनही अधिक भयानक होता. त्या क्षणी मनाला होणाऱ्या असह्य यातना या सर्व खोट्याच म्हणायच्या का? स्वतःच्या सोयी-गैरसोयीपलीकडे प्रियजनांच्या वियोगात दुसरे काहीच दुःखकारक नसते का? तर मग प्रेम हा शब्दच अर्थशून्य आहे. प्रेमाला अर्थ नाही. वियोगाला अर्थ नाही आणि दुःखालाही अर्थ नाही. कशालाच काही अर्थ नाही. तेव्हा कसला शोकही करण्याचे कारण नाही. जीवनात सदैव सुखी, निश्चिंत राहण्याची ही केवढी छान, सोपी युक्ती आहे आणि हे सारे केवळ त्या तत्त्वज्ञानाच्या जोरावर आपल्याला कळू लागते!

अशा विषण्ण अवस्थेत काही काळ गेला आणि मग एकदम माझ्या मनाने पलट खाल्ली. त्या विद्वान प्राध्यापकांशी गप्पा मारल्या त्या क्षणापासून मी उगाचच उदास होऊन बसले होते. त्यांनी मला 'तत्त्वज्ञाना' चा जो अर्थ सांगितला होता त्याचा मी कदाचित विपर्यास करून घेतला असेल. कदाचित मी जात्या भित्री असेन, पण त्यांचे म्हणणे मान्य करावे याला खरोखर तसे काही कारण होते का? आहे. हे जग नश्वर आहे. इथे भूकंप होतात. महापूर येतात. प्रचंड युद्धे आणि अपरिमित प्राणहानी होते आणि जीविताच्या प्रत्येक वळणावर मृत्यू दबा धरून बसलेला असतो, पण म्हणून काय झाले? जीवित क्षणभंगुर आहे तरी, किंबहुना म्हणूनच, त्यावर आपण अगदी उत्कटपणे प्रेम केले पाहिजे. जाणारा प्रत्येक क्षण जिभेच्या टोकावर ठेवून त्याची रुची घेतली पाहिजे. त्याचा आनंद लुटला पाहिजे. आणि तसाच जर विचार केला तर हे तत्त्वज्ञान कळायला हवे तरी कशाला? माणसाने

आनंदाने उचबंळून यावे. दुःखाने व्याकुळ व्हावे. आशेने प्रफुल्ल व्हावे. निराशेने खचून जावे. थोडक्यात म्हणजे माणसाने आपले माणसासारखे वागावे आणि माणसासारखे जगावे. आपले मन आणि जगातल्या बऱ्यावाईट घडामोडी यांच्या दरम्यान तत्त्वज्ञानाचा जाडजूड पडदा उभारण्याचे काही कारण नाही. खरे म्हणजे तत्त्वज्ञानाचा अवलंब करून त्याच्या आधाराने दुःखाकडे पाठ फिरवणे हाही एक प्रकारचा भ्याडपणा आहे. दुःखाने व्याकुळ होणे, ढसाढसा रडणे, ही सुद्धा सोपी गोष्ट नाही. दुःख भोगायला माणसाच्या अंगी एक विशिष्ट प्रकारचे धैर्य लागते. खरे तर भाग्यही लागते. मला तर वाटते, मदिरेच्या प्याल्यात दुःख बुडवू पाहणे काय आणि तत्त्वज्ञानाचे जाड ऊबदार कांबळे अंगाला लपेटून दुःखाचे दंश चुकवणे काय, दोन्ही गोष्टींतल्या पलायनवादाचे स्वरूप सारखेच आहे. तत्त्वतः दोहोंचा अर्थ एकच आहे.

आणि शिवाय, तत्त्वज्ञानाचे पूर्ण आकलन होऊनही ऐन प्रसंगी दुःखाचे निरसन त्यामुळे हमखास करता येतेच असे तरी कुठे आहे? प्रभु रामचंद्रांसारखा धीरगंभीर, विवेकी, तत्त्वज्ञ पुरुषश्रेष्ठ. पण सीतेला रावणाने पळवून नेल्यानंतर 'हा सीते, हा सीते' असे आक्रंदन करीत विव्हळ अंतःकरणाने तो रानातल्या लतावेलींना कवटाळत, मिठ्या मारत रडत सुटलाच ना? आणि भगवान श्रीकृष्णाच्या तोंडून अठरा अध्यायांची गीता ऐकून अन् 'जातस्यहि ध्रुवो मृत्युः पुनर्जन्मं मृतस्य च । तस्मादपरिहार्येऽर्थे न त्वं शोचितुमर्हसि' हा दिव्य उपदेश श्रवण करूनही बाळ अभिमन्यूच्या मृत्यूने पार्थासारख्या स्थितप्रज्ञ नरवीराचे हृदय शोकाने विदीर्ण झालेच ना?

- जीवनात तत्त्वज्ञान उपयोगी पडत नाही हेच खरे!

◆

आई देवकी दाई यशोदा

परवा पेपरमध्ये एक गमतीदार बातमी वाचनात आली. एका मादी कांगारूने (कांगारूचे स्त्रीलिंगी रूप मला माहीत नाही. आपली भाषासुद्धा किती पुरुषप्रधान आहे!) एका पिल्लाला जन्म दिला. पण ते पिल्लू अधू होते म्हणून की आणखी काही कारणाने त्याच्या आईला ते आवडले नाही, कोण जाणे. तिने त्याला चक्क झिडकारले. म्हणजे टाकूनच दिले. ते छोटे असहाय कांगारू बाळ आता एका तरुण मुलीने पाळले आहे आणि ती सर्व प्रकारे त्याचे संगोपन, संरक्षण करते आहे. ही मुलगी त्या मिनी कांगारूला बाटलीतून दूध पाजतानाचा तिचा फोटो वृत्तपत्रात आला होता. खरे म्हणजे तो फोटो पाहूनच माझे कुतूहल चाळवले होते आणि लक्ष त्या बातमीकडे वळले होते. ही घटना नेमकी कुठे घडली ते माझ्या नीटसे ध्यानात नाही. पण कांगारूच्या संदर्भावरून घटनास्थळ बहुधा ऑस्ट्रेलियातले असावेसे वाटते.

खरे म्हणजे अशा चित्रविचित्र, मनोरंजक, कुतूहलजनक बातम्या आपण रोज वृत्तपत्रांतून वाचतो आणि वाचल्यानंतर दुसऱ्याच क्षणी त्या विसरूनही जातो. पण आईने दूर लोटलेल्या आणि नंतर एका मानवी दाईने प्रेमपूर्वक सांभाळून आपल्याशा केलेल्या त्या कांगारूच्या पिल्लाचा मात्र मला विसर पडेना. त्याबरोबरच प्राणिसृष्टीतल्या कधी ऐकलेल्या तर कधी प्रत्यक्ष पाहिलेल्याही इतर काही तशाच घटना मला आठवू लागल्या.

एका घरात एकाच वेळी एक कुत्री आणि एक मांजरी दोघीही व्याल्या. पुढे

मांजरी मेली आणि तिची तीन पिल्ले अगदी केविलवाणी, दीन झाली. घरातल्या माणसांनी त्यांना कापसाच्या बोळ्याने दूध पाजण्याचा प्रयत्न केला. पण पिल्ले बोळ्याला तोंड लावीनात. त्यांना सड चोखूनच दूध प्यायचे होते. त्याबरोबर मला वाटते, त्यांना आईच्या पोटाचा स्पर्श, ती ऊबही हवी होती. त्यानंतर कशी कुणास ठाऊक, ती पिले कुत्रीजवळ गेली आणि तिनेही मनात काही दुजाभाव न आणता त्या पोरक्या मांजरपिल्लांना आपल्या पिल्लांच्या बरोबरीने अंगावर दूध पाजायला सुरुवात केली. आता कुत्र्यामांजरांचे जन्मजात वैर सुप्रसिद्ध आहे. अशा परिस्थितीत एका लेकुरवाळ्या कुत्रीने मांजरीच्या पोरक्या पिल्लांना वात्सल्य द्यावे, त्यांना ममतेने दूध पाजावे हा प्रकार अजबच होता. माणसे ते दृश्य मुद्दाम कुतूहलाने बघायला येत आणि पाहून थक्क होत.

वाघ-सिंहासारखे हिंस्त्र पशू अशा परिस्थितीत कसे वागतात कोण जाणे. पण माकडांच्या कळपाबाबत मात्र प्राणिशास्त्रविषयक पुस्तकांतून या संदर्भात काही वाचल्याचे मला आठवते. माकडे कळप करून राहतात आणि कळपाचे अलिखित कायदेही व्यवस्थित पाळतात. पिल्लाला जन्म देऊन एखादी माकडीण मरून गेली तर कळपातल्या इतर लेकुरवाळ्या माकडिणी त्या पिलाचा सर्व प्रकारे सांभाळ करतात. आपल्या पिलांच्या बरोबरीने त्या पोरक्या बाळालाही अंगावर पाजतात. त्याची काळजी घेतात.

आता माकडे आणि माणसे यांच्या जीवनपद्धतीत खूपच साम्य असल्यामुळे माणसांप्रमाणेच माकडांच्या माद्याही एका अंगभूत अशा समजूतदारपणाने, आणि कदाचित वंशसातत्य टिकवण्याच्या गरजेपोटी, मेलेल्या माकडिणीचे पोर सांभाळत असतील. माणसाच्या जातीत सुद्धा, विशेषत: पूर्वी जेव्हा आपल्याकडे एकत्र कुटुंबपद्धती अस्तित्वात होती त्या काळात, अगदी मुलाला जन्म देता देता जरी त्याची आई गेली तरी तिचे नवजात अर्भक खऱ्या अर्थाने तसे पोरके कधी होत नसे. आजी, काकी, मामी, आत्या-घरातली कुणी ना कुणी तरी वडीलधारी स्त्री त्या बाळाला जोपासून लहानाचे मोठे करत असे. कधी कधी तर हे वात्सल्य इतके उत्कट असायचे की आपल्याला आई नाही ही रितेपणाची जाणीव त्या मुलाच्या मनाला स्पर्शही करत नसे. उलट वेळप्रसंगी त्याचे वाजवीपेक्षा अधिकच लाड होत. राणी सईबाई हिच्या अकाली मृत्यूमुळे पोरक्या झालेल्या संभाजीचे त्याची आजी जिजाबाई हिने नको तेवढे लाड केले ही गोष्ट इतिहासकारांनीच नमूद करून ठेवली आहे, हे आपणा सर्वांना ठाऊक आहे.

एकत्र कुटुंबात रूढ नैतिक परंपरा पाळून धर्मसंमत विवाहबंधनातून निर्माण झालेल्या मुलांना, त्यांची आई गेली तरी पोरकेपणाची झळ सहसा लागत नाही. त्यांची आबाळ होत नाही. समाजाने मान्य केलेल्या रीतीभातींच्या चौकटीत, त्यांना

व्यवस्थित संरक्षण मिळते. पण जेव्हा एखाद्या अपत्याचा संभव अनैतिक किंवा समाजाच्या दृष्टीने लाजिरवाण्या असणाऱ्या संबंधातून निर्माण होतो तेव्हा काय घडते? आपल्याकडचे महाभारतातील कुंतीचे उदाहरण या दृष्टीने फार बोलके आहे. कुंती ही राजकुलात जन्मलेली कुमारिका. तिचा सूर्याशी संग घडला आणि यातून कर्ण जन्माला आला. कौमार्यावस्थेत झालेल्या त्या अपत्याला कुंती 'आपला' म्हणू शकली नाही. कारण घराण्याची थोरवी, नैतिक बंधने, जनापवादाचे भय अशा अनेक दुर्लघ्य भिंती तिच्या आजूबाजूला उभ्या होत्या. कुंतीने आपल्या त्या गोजिरवाण्या अर्भकाला नदीत सोडून दिले. पुढे अधिरथ नावाचा सूत आणि त्याची पत्नी राधा यांनी या पोरक्या मुलाचा सांभाळ केला. तो महारथी कर्ण, सूर्यतेजाने ज्याचा संभव झाला, जन्मतःच ज्याला कवचकुंडले लाभली होती आणि जो अर्जुनाच्या तोडीचा धनुर्धर होता त्याला 'बिनबापाचा' हा लाजिरवाणा कलंक जन्मभर कपाळावर गोंदून घ्यावा लागला. कौंतेय असतानाही राधेय या नावाने तो वावरला.

सामाजिक नीतिअनीतीच्या कल्पना, घराण्याचा बडेजाव, कौमार्यावस्थेत हातून घडलेल्या या एका अपराधामुळे कुंतीने जन्मभर बाळगलेले जननिंदेचे भय या सर्वच गोष्टी कर्णाच्या शोकांतिकेला कारण ठरल्या. ही शोकांतिका केवळ त्याची नव्हती. ती कुंतीची आणि पर्यायाने पांडवांचीही होती. कर्णाची कथा वाचताना मनात येते, माणसांच्या जगातली ही नीतीची, परंपरेची बंधने निदान मानवेतर प्राणिसृष्टीत नाहीत हे किती बरे आहे! पण तिथेही, आपणा माणसांना अगम्य असणाऱ्या अशा काही कारणांनी आया मुलाचा त्याग करताना दिसतातच. आपल्या पिलाला टाकून देणारी कांगारूची मादी किंवा पाण्यात बुडून मरण्याची भीती निर्माण झाल्यावर आपले पोर आपल्या पायांखाली ठेवून स्वतःचा जीव बचावू बघणारी इसापाची ती प्रसिद्ध माकडीण ही उदाहरणे प्राणिसृष्टीतलीच आहेत.

कुंतीच्या बाबतीत निदान जननिंदेचे भय होते. पण आपले अपत्य सोडावे लागले, ते दुसऱ्याच्या घरी वाढवावे लागले, अशी परिस्थिती वसुदेव देवकी या दांपत्यावरही आलीच ना? त्यांचा विवाह तर धर्मसंमत होता. अपत्यही पवित्र विवाहबंधनातून जन्माला आले होते. पण कंसाच्या भीतीने देवकीने आपल्या नवजात अर्भकाचा त्याग केला आणि वसुदेवाने त्याला आपला मित्र, गोकुळचा अधिपती नंद याच्या घरी रातोरात पोहोचते केले. देवकीचा तान्हा हा नंदाघरचा कान्हा म्हणून लोकविख्यात झाला. जन्मदात्या मातेला मुकला तरी त्याला या पालनकर्त्या आईचे भरपूर प्रेम, वात्सल्य, जिव्हाळा लाभला. कृष्ण कधीच पोरका झाला नाही. पुढे मोठा झाल्यावर तो मथुरेला गेला, त्याने जुलमी कंसाचा वध केला आणि उग्रसेनाला पुन्हा राज्यावर बसवले. पण त्यानंतर तो आपल्या जन्मदात्या मातापितरांना भेटला की नाही? भागवतात तसा उल्लेख कुठे असेलही. मला मात्र तो माहीत नाही आणि

नंतरच्या आपल्या आयुष्यातही कृष्णाला वसुदेव देवकीची ओढ कधी वाटलेली दिसत नाही. तो अर्जुनाचा सखा होता. द्रौपदीचा लाडका भाऊ होता. राधा, कुब्जा यांनाही त्याचे प्रेम लाभले. परंतु वसुदेवाला किंवा देवकीला तो भेटत राहिला का? काही माहीत नाही. ज्ञानदेवांनी 'ज्ञानेश्वरी'मध्ये कृष्णाच्या संदर्भात एक फार अर्थपूर्ण ओवी लिहिली आहे, ती अशी आहे -

देवकिया उदरी वाहिला ।
यशोदे घरी वाढिन्नला ।
शेखी उपेगा गेला । पांडवांच्या ।।

किती विलक्षण या कृष्णाचे जीवन! देवकीने त्याला आपल्या उदरात सांभाळले. यशोदेच्या घरी तो वाढला आणि शेवटी उपयोगी कुणाच्या पडला? तर पांडवांच्या!

- आणि एका फार आध्यात्मिक पातळीवरून विचार केला तर आपण सारेच या जगात पोरके आहोत. आपले मूळ उत्पत्तिस्थान म्हणजे परब्रह्म. ती खरी आपली माता. ते खरे आपले घर. पण ते सोडून आपण या प्रपंचात येतो. इथल्या नात्यागोत्यांवर, घरादारावर, पैशाअडक्यावर जीव जडवतो. इथल्या प्रेमबंधनांनी स्वत:ला बांधून घेतो. 'आई देवकी दाई यशोदा' अशी आपली अवस्था असते. पण आई देवकीचा आपल्याला विसर पडतो आणि दाई यशोदेला आपण चिकटतो. तिच्यावरच प्रेम करतो. या आशयाचे कानफाट्याचे एक गाणे आहे आणि श्री. म. माटे यांनी 'बन्सीधर, तू आता कुठे रे जाशील?' या आपल्या सुंदर कथेत कथानकाच्या अनुषगांने त्या गाण्याचा फार समर्पक वापर करून घेतला आहे. गाणे असे आहे -

पहा जिवाला पडली भूली
चुकली याची वाट खरी
घर जरि याचे अनंतरामी
प्रपंचधामी प्रीत करी
आई देवकी दाई यशोदा
तिला चिकटतो हा वेडा
वर्म समजुनी कर्म करावे
प्राणी सारे भ्रम सोडा!

तात्पर्य काय, तर आपण सारेच आपल्या खऱ्या मातेला सोडून आलो आहोत. 'आई देवकी दाई यशोदा' ही आपली सर्वांचीच अवस्था आहे.

◆

माझी देशभक्ती

अठ्ठावीस एकोणतीस सालची गोष्ट. म्हणजे खूपच जुन्या काळातील. आता तिचे सारे तपशील मला आठवतही नाहीत. पण त्यातले ठळक असे जे काही आठवते ते मात्र मनावर गोंदून ठेवल्यासारखे स्पष्ट आणि खोल उमटले आहे. आम्ही तेव्हा खानदेशातील यावल या गावी होतो. माझे आजोबा म्हणजे आईचे वडील तिथे सबरजिस्ट्रार म्हणून बदलून आले होते. आई माहेरपणासाठी यावलला आली होती. बरोबर सर्वांत थोरली मी आणि खालची आणखी दोन भावंडे. माझ्यानंतरची धाकटी बहीण बाळपणापासून आजोळीच वाढली होती. ती तिथे होतीच. आम्ही दोघी पाठोपाठच्या. तेव्हा तिचे माझे चांगले जमे. माझ्या साऱ्या खेळांत, इतर उद्योगांत ती हौसेने भाग घेई.

माझे वय तेव्हा जेमतेम सहा सात वर्षांचे असेल. वयाच्या मानाने मी जादा हुशार आणि चौकसखोर होते. का ते आता आठवत नाही. पण आम्ही तेव्हा चांगले पाच सहा महिने आजोळीच राहिलो होतो. माझे शाळेत नाव घातले नव्हते. पण माझा अभ्यास थोडातरी होत राहावा म्हणून आजोबांनी मला शिकवणी ठेवायचे ठरवले. बाजारपेठेत आमच्या घरापासून अगदी जवळच एक श्रीमंत सराफ राहात. त्यांची एकुलती एक मुलगी माझ्याच वयाची होती. गंमत म्हणजे तिचेही नाव शांतीच होते. तिची माझी खूप गट्टी होती. शांतीला शिकवायला पाठक नावाचे शिक्षक येत. आजोबा मला म्हणाले, ‘तूही तुझ्या मैत्रिणीकडे, तिच्याच घरी

शिकवणीला जात जा. मास्तर तुम्हा दोघींना बरोबरच शिकवतील.' मला ती कल्पना फार आवडली. सराफांचे घर मोठे थोरले, श्रीमंती थाटाचे होते आणि शांती तर माझी मैत्रीणच होती. आम्ही दोघीजणी रोज तास दीड तास पाठक मास्तरांच्या हाताखाली शिकू लागलो.

तो काळ महात्मा गांधींच्या पहिल्या आणि प्रसिद्ध अशा देशव्यापी आंदोलनाचा होता. असहकाराची चळवळ सुरू झाली होती. सत्याग्रहाचे वारे सर्वत्र वाहात होते. देशात एक अद्‌भुत चैतन्य सळसळत होते. अर्थात खानदेशातही ते भारलेले वातावरण पसरले होते. लहानांपासून थोरांपर्यंत ब्रिटिश साम्राज्यशाहीविरुद्ध तीव्र असंतोषाचा वणवा भडकला होता. माझ्यासारखी एक लहान मुलगी भोवतालचे सारे वातावरण बघत, अनुभवत असणारच. पण आश्चर्याची गोष्ट म्हणजे मी त्या साऱ्याच बाबतीत उदासीन होते. देश, देशभक्ती, देशसेवक, पारतंत्र्याच्या शृंखला, महात्माजींचे अभूतपूर्व आंदोलन, ब्रिटिश साम्राज्यशाही या कशाबद्दलही मला यत्किंचितसुद्धा कुतूहल नव्हते किंवा त्यातले काही समजून घ्यावे, अशी उत्कंठाही मनात नव्हती. त्या वयात मला खरी आवड होती वाचनाची. मी अगदी नादिष्टासारखी वाचत असे. गावातल्या वाचनालयामधून हाती येईल ते पुस्तक आणायचे आणि अर्थ कळो न कळो, चार दिवसांत वाचून त्याचा फडशा पाडायचा, हा माझा खाक्या होता. त्या वेळी मी वाचनालयातून 'गोविंदाची गोष्ट' ही शिवराम महादेव परांजपे यांची कादंबरी आणली होती, हे मला आजही पक्के आठवते. दुपारच्या वेळी आमच्या माडीवरच्या झोपाळ्यावर बसून ती कादंबरी मी वाचत असे. वाचताना माझे अगदी देहभान हरपून जाई.

एकदा शांतीकडची आमची शिकवणी आटोपल्यावर पाठक मास्तर जायला निघाले. जाताना ते शांतीला म्हणाले, 'उद्याचे ध्यानात आहे ना? यायला विसरू नकोस.' शिकवणी संपली तरी मी तिथेच रेंगाळत होते. मास्तर गेल्यावर मी शांतीला विचारले, 'मास्तरांनी तुला काय सांगितलं आहे? काय ध्यानात ठेवायचं?'

'उद्यापासून मास्तर प्रभातफेरी काढणार आहेत. त्या मुलांमध्ये त्यांनी मला घेतलं आहे. सकाळी आठ वाजता मारुतीच्या देवळापासून सगळ्या मुलामुलींची फेरी निघणार. मी वेळेवर तिथं हजर राहावं म्हणून मास्तरांनी मला आठवण करून दिली,' शांती म्हणाली, 'प्रभातफेरी म्हणजे काय? ती काढायची म्हणजे काय करायचं?' मी विचारले. शांतीने मला प्रभातफेरी म्हणजे काय ते नीट समजावून सांगितले. देशभक्तिपर गाणी म्हणत मुलामुलींनी गावच्या रस्त्यांतून जायचे, साऱ्यांच्या कौतुकाचा, अभिमानाचा विषय व्हायचे, ही कल्पना मला आकर्षक वाटली. त्याबरोबर या कार्यक्रमातून मास्तरांनी मला वगळावे, यामुळे मी मनातून थोडीशी दुखावलेसुद्धा. रुसव्याने मी शांतीला म्हटले, 'मास्तरांनी मला का नाही

विचारलं? आणि तू तरी हे सारं मला का नाही आधी सांगितलंस?'

'अग, मी तुझ्याबद्दल मास्तरांना म्हटलं होतं. पण ते म्हणाले, तिला विचारू नकोस. तिचे आजोबा सरकारी नोकर आहेत. ती जर प्रभातफेरीत सामील झाली तर त्यांना उगाच त्रास व्हायचा!' शांती गंभीरपणे म्हणाली.

'काही नाही त्रास व्हायचा. मी येणार.' येवढे फणकाऱ्याने म्हणून मी तिथून उठले. घरी आले. जेवताना मी आजोबांना प्रभातफेरीबद्दल विचारले. त्यांनी परवानगी दिली; पण मनातून त्यांना ते फारसे आवडले नसावे. आईने आणि आजीने मात्र प्रभातफेरी म्हणजे काय ते माझ्याकडून समजावून घेतले. त्यांना ती कल्पना फार आवडली. त्यांनी मला आनंदाने संमती दिली.

दुसऱ्या दिवसापासून मी प्रभातफेरीत सामील झाले आणि आम्ही वीस-पंचवीस मुलेमुली घरीच धुतलेले कपडे अंगात घालून रांगेने शिस्तीत रस्त्याने चालू लागलो. आम्हांला गणवेष वगैरे काही नव्हता. पण पाठक मास्तरांनी तेव्हा दोन दोन आण्यांत मिळणारे गोल तुळतुळीत बिल्ले आम्हा सर्वांना छातीवर लावायला दिले होते. त्यावर शिवाजी महाराज, लोकमान्य टिळक, महात्मा गांधी, जवाहरलाल नेहरू यांचे फोटो होते. आम्हांला त्या बिल्ल्यांची भलतीच अपूर्वाई वाटली. रस्त्याने जाताना आम्ही मोठमोठ्याने गाणी म्हणत असू. प्रथम पाठक मास्तर ध्रुपद म्हणत. मग आम्ही ते म्हणायचो. पुढचा अंतराही ते एकेक सांगत तसा आम्ही म्हणायचो. ती देशभक्तिपर गाणी सामुदायिक रीत्या म्हणत, लोकांचे कौतुकाचे कटाक्ष झेलत रस्त्याने जाताना मला काही वेगळाच आनंद होऊ लागला. आपण कुणीतरी आहोत असे वाटू लागले. त्यांतली बरीच गाणी मला आजही आठवतात. 'नव हिंदराष्ट्रझेंड्या प्रणामा घे या', 'विजयी विश्वतिरंगा प्यारा । 'झंडा उँचा रहे हमारा' यांसारख्या गाण्यांच्या चाली गोड होत्या. अर्थही सहज कळण्याजोगा होता. मला आठवते, त्यात गोविंद कवींचे एक गाणे होते. 'हे घनश्याम श्रीराम । मदात्मा राम त्याची चाल तर फारच मधुर होती. त्या गाण्यातले पुढचे कडवे मला विलक्षण आवडायचे :

> हे पक्षि तरूंवर गाती स्वच्छंदे
> कानंनी त्यापरी रमती मृगवृंदे
> स्वातंत्र्यसौख्य सेवीती आनंदे
> मग आम्हांलाच का पारतंत्र्यपंजरी कोंडिले राम?

आणखी एक गाणेही माझ्या आवडीचे होते. त्याच्या पहिल्या चार ओळीच ध्यानात राहून गेल्या आहेत:

कुणाला दास्य ते प्यारे ।
कुणाला आत्महित सारे ।
अम्हांला एक ते ठावे ।
स्वदेशा प्राण अर्पावे ।।
कुणाला नोकरी प्यारी ।
कुणाला बेडि सोनेरी ।
आम्हांला एकची ठावे ।
स्वदेशा प्राण अर्पावे ।।

यांखेरीज 'चरखा चला चला के । लेंगे स्वराज लेंगे', 'नहीं रखनी नही रखनी जालिम सरकार नहीं रखनी' अशी इतर काही गाणीही आम्ही म्हणत असू.

एके दिवशी शांतीच्या घरावर तिरंगा झेंडा फडकताना मी पाहिला. त्याबद्दल मी तिला विचारले, तेव्हा तिने गंभीरपणे मला म्हटले, 'हे आपले राष्ट्रीय निशाण आहे. ते आपल्या प्रत्येकाच्या घरावर असले पाहिजे.' त्यावर माझ्या मनात आले आपणही असा झेंडा घरावर लावला पाहिजे. पण तो मिळणार कसा? आजोबांना मी विचारायला गेले तेव्हा कापडी झेंडा मला आणून देण्याची कल्पना त्यांनी साफ धुडकावून लावली. माझी प्रभातफेरीच मुळात त्यांना पसंत नव्हती ते झेंडा कुठला आणून देणार! मी अगदी खट्टू झाले. पण माझ्या धाकट्या बहिणीने त्यावर युक्ती सुचवली. ती म्हणाली, 'आपण तीन रंगांचे तीन पातळ कागद आणू या आणि ते एकमेकांना चिकटवून त्याचा सुंदर झेंडा बनवू!' मग आम्ही तसा झेंडा तयार केला आणि आजोबांना न जुमानता तो माडीच्या कठड्याला लावला देखील. तेवढाच काय तो आमचा कायदेभंग! मात्र आमचा झेंडा कागदाचा असल्यामुळे कापडी झेंड्यासारखा तो वाऱ्यावर फडफडत नसे. त्याची मला फार खंत वाटे.

गावात खादी भांडार होते. तिथून मी आणि शांती टकळ्या, कापसाचे पांढरेशुभ्र पेळू वगैरे साहित्य आणून टकळीवर सूतही कातू लागलो. टकळी गरगर फिरवणे आणि कापसाच्या मऊ सूत पेळूमधून बारीक धागा काढणे हा माझा फार आवडीचा छंद होऊन बसला. मला तोच एक नाद लागला. खादी भांडारातल्या बायका सूत कातण्याबद्दल आमचे कौतुक करीत. आमचे भरपूर सूत कातून झाल्यावर ते आम्ही खादी भांडारात नेऊन देणार होतो आणि त्याच्या बदल्यात आम्हांला तलम सुंदर खादी मिळणार होती. दिवस असे मजेत चालले होते. मी अगदी आनंदात होते. आपण 'देशभक्ती' करतो आहोत याचे एक खोल, गूढ समाधान वाटत होते. खरे तर त्या शब्दाचा नीटसा अर्थही आकलन व्हायचे ते वय नव्हते. पोरवयातला तो निव्वळ पोरखेळ होता. आणि याच सुमाराला माझ्या आयुष्यात एक फार मोठे

परिवर्तन घडले. नाशिक जिल्ह्यात नोकरीच्या गावी असलेले माझे वडील अकस्मात वारले. आमचे सुखी सुरक्षित जीवन पार उद्ध्वस्त होऊन गेले. मी, आई, माझी भावंडे आम्हा सर्वांच्याच आयुष्याला पुढे अगदी वेगळे वळण लागले. नंतर आमचे आजोळ सुटले. यावल सुटले. आमचा तो कागदी झेंडा, टकळीवर काढलेले ते सूत, वहीत हौसेने लिहून घेतलेली ती प्रभातफेरीची गाणी - सारे कुठे गेले कुणास ठाऊक. बाळपणी हवीहवीशी वाटणारी अनेक खेळणी पुढे वयपरत्वे आयुष्यातून नाहीशी होतात. माझे ते देशभक्तीचे खेळणेही असेच कुठे तरी अडगळीत जाऊन पडले. त्याचा पुन्हा कधीच पत्ता लागला नाही आणि क्रियाशील देशभक्तीचा अवलंबही पुढच्या वयात मी कधी केलेला आठवत नाही.

◆

आजीची ताटलीलोटी

परवा सहज एका मैत्रिणीकडे गेले होते. आम्ही दोघीजणी तिच्या स्वैंपाकघरात बसूनच गप्पा मारत होतो. इतक्यात तिची पाचसहा वर्षांची छोटी मुलगी शाळेतून घरी आली. हात, पाय, तोंड धुऊन जेवणाच्या टेबलाशी येऊन बसली. मैत्रिणीने तिला जेवायला वाढले. मी पाहिले तो मुलीची जेवायची ताटली पितळेची होती. आणि पाणी प्यायची लहानशी लोटीही पितळेचीच होती. दोन्ही वस्तूंची घडण अगदी वेगळी आणि फार सुबक होती. आजकाल घराघरातून जेवणासाठी एक तर स्टेनलेस स्टीलच्या ताटेवाट्या असतात नाही तर काचेच्या सुंदर डिशेस असतात. पाणी पिण्याचे पेले भांडीही स्टेनलेसचीच असतात. कित्येक घरात सबंध जेवणाचा सेट काचेचा असतो. तो देखणा, महाग असतो. कित्येकदा तर थेट परदेशातून त्याची आयात झालेली असते. या सर्व गोष्टींना सरावलेल्या माझ्या नजरेला ती पितळेची ताटलीलोटी बघून नवल वाटले. मी मैत्रिणीला म्हटले,

'फारच छान आहेत ही दोन्ही भांडी आणि अगदी वेगळी दिसताहेत. कुठून मिळवल्यास ग या वस्तू?'

माझा प्रश्न ऐकून मैत्रीण हसली आणि म्हणाली, 'या भांड्यांना थोडा इतिहास आहे.'

'इतिहास? तो कसा काय?' मी कुतूहलाने प्रश्न केला.

त्यावर मैत्रिणीने जी माहिती सांगितली ती मनोरंजक तर होतीच पण 'ऐतिहासिक'

म्हणावी अशीही होती. मैत्रिणीच्या आईचे माहेर कर्नाटकातले. तिकडच्या भांड्यांची घडण आपल्या भांड्यांपेक्षा वेगळी आणि फार सुबक असते. मैत्रिणीची आई आपल्या बाळपणी या ताटलीतून जेवत असे. या भांड्यातून पाणी पिई. लग्न होऊन ती जेव्हा सासरी आली तेव्हा माहेराहून मिळालेल्या अनेक वस्तूंबरोबर आपली लहानपणाची जेवणाची ही ताटलीलोटीही ती अगदी आठवणीने आपल्यासोबत घेऊन आली. माझी मैत्रीणही बाळपणी याच ताटलीतून जेवत असे. पुढे तिचे लग्न झाले. तिला मुलगी झाली. तेव्हा आजीने तीच ताटलीलोटी नातीसाठी आग्रहाने लेकीला दिली. आणि नातसुद्धा अगदी कटाक्षाने जेवताना त्याच वस्तू वापरू लागली. दुसऱ्या भांड्यांतून ती जेवत नसे. तिने त्यांना 'आजीची ताटलीलोटी' असेच नाव दिले होते आणि घरातही त्याचा उल्लेख त्याच नावाने केला जात असे.

मैत्रिणीने सांगितलेली ही सर्व हकिगत मी ऐकली आणि आता त्या ताटलीलोटीकडे मी अधिक कौतुकाने पाहू लागले. त्यांचा इतिहास मला कळल्यावर त्यांना एक स्वतंत्र व्यक्तिमत्त्व लाभले होते. तसेच तीन पिढ्यांचे शैशव त्यात जेवल्यामुळे त्या भांड्यांना एक आदरणीय वडीलधारेपणही प्राप्त झाले होते. ताटलीलोटीचा इतिहास ऐकून मला गंमत तर वाटलीच पण त्याबरोबर पोटात थोडी कालवाकालवही झाली. माणसे जातात पण त्यांनी वापरलेल्या, वापरून मागे ठेवलेल्या वस्तू त्या माणसांच्या, त्याबरोबर त्या काळाच्या अनेक आठवणी पुढच्या पिढ्यांना मनात जपण्यासाठी उपयोगी पडतात. माझ्या लहानपणी तर ही प्रवृत्ती फार मोठ्या प्रमाणात आढळून येई. घरात अशा जुन्यापान्या वस्तू किती तरी होत्या. आणि त्यांतल्या प्रत्येक वस्तूला काही इतिहास होता. माझ्या आजोळी एक मोठे थोरले, वर लाल, काळ्या रंगाची नक्षी छापलेले एक जाजम होते. ते रोज बाहेरच्या खोलीत अंथरले जाई. ते जाजम माझ्या पणजोबांच्या वेळचे होते म्हणे. अशीच एक जुनी गोधडी होती. जुनी इरकली लुगडी एकत्र शिवून तयार केलेली ती गोधडी चांगलीच जीर्ण झाली होती. पण सतत वापरामुळेच तिला एक छान मऊपणा आला होता आणि तिच्याभोवती खास ठेवणीतल्या कपड्यांना येतो तसा हवाहवासा वास दरवळत असे. थंडीच्या दिवसांत ती गोधडी अंगावर घेतली की जी ऊब येई तिची सर नव्या कोऱ्या भारी ब्लँकेटच्या उबदारपणालाही येत नसे. त्या गोधडीसाठी आम्ही मुले कशी भांडत असू ते मला आजही चांगले आठवते. जेवणासाठी घरात काशाची ताटे, वाट्या वापरल्या जात. पिवळ्या तांबूस छटेने झळाळणारी जड, लखलखीत अशी ती ताटे, त्या वाट्या विलक्षण देखण्या दिसायच्या. त्यात अन्न कळकत नसे हे तर झालेच. पण त्यांना एक खानदानी सौंदर्यही होते. जुन्या एकत्र कुटुंबातूनच पुढल्या पिढीला मिळालेला हा वारसा होता. यांखेरीज मोठे मोठे हंडे, घागरी, कळशा, पराती, समया, लामणदिवे अशा किती तरी जुन्या वस्तू होत्या. त्यांचा घरात सर्रास

वापर होई. आणि या साऱ्यांभोवती भूतकाळातल्या आठवणींचे एक अद्भुत वलय असे. हल्ली एक तर पूर्वीसारखी एकत्र कुटुंबपद्धती राहिलेली नाही. त्यामुळे आकाराने मोठी वजनदार पातेली, हंडेघागरी, कळशा, पराती यांचा आज कुणी उपयोग करत नाही. पति-पत्नी, दोन मुले अशा बंदिस्त कुटुंबात मोठ्या जेवणावळी कोण करणार? आणि मर्यादित जागेत मोठाली भांडी ठेवणार तरी कुठे? इलेक्ट्रिकच्या सर्रास वापराने समया, लामणदिवे यांना मागे हटवले आहे. आणि पूजेच्या विविध उपकरणांनी सजवलेल्या मोठ्या देवघरातल्या अर्चनीय देवांची संख्या संपुष्टात आली आहे. 'उपयुक्तता' हा जुन्या जीवनातला निकष जाऊन त्याची जागा 'शोभिवंतता' या कसोटीने घेतली आहे. जुन्या तांब्यापितळेच्या कळशा, उंच समया किंवा गंगाजमनी म्हणजे अर्धे तांब्याचे आणि अर्धे पितळेचे सुंदर गडवे यांचा वापर दैनंदिन उपयोगासाठी नव्हे तर 'सुशोभना' साठी म्हणजे दिवाणखान्याच्या डेकोरेशनसाठी केला जातो. फ्रीज, मिक्सर, ओव्हन, कुकिंग रेंज अशा अत्याधुनिक उपकरणांनी तर स्वैंपाकघरांचा चेहरामोहराच पालटून टाकला आहे. त्याचा उल्लेखसुद्धा 'किचन' या शब्दाने केला जातो.

जी गोष्ट भांड्याकुंड्यांची तीच गोष्ट कपड्यांची आणि दागिन्यांचीही. आजेसासूबाईंची नथ, मामेसासूबाईंची पैठणी आणि सासूबाईंनी लग्नात वापरलेला शालू पुढच्या पिढ्यांतल्या लेकीसुना ज्या अगत्याने व हौसेने सणासुदीला नेसत, ज्या कौतुकाने अंगाखांद्यावर लेणे म्हणून मिरवीत ती भावना आज राहिली आहे कुठे? पैठणी काढवून घेण्याची आज पुन्हा फॅशन आली आहे. आणि भारी किंमतीच्या पैठण्याही मी पाहिल्या आहेत. पण मागे पैठणला गेले असता एका घरी तीन पिढ्यांपूर्वीची जी अस्सल पैठणी मी पाहिली तिची सर व सौंदर्य एकाही नव्या पैठणीत आढळले नाही. मी पैठणला एका घरंदाज कुटुंबात पाहिलेली ती पैठणी अंजिरी रंगाची, रुंद जरीच्या काठांची आणि हातभर लांब भरजरी पदराची होती. तिची जर खऱ्या सोन्याचांदीपासून बनवलेली होती. आणि तिचे वजन मला दोन्ही हातांतसुद्धा पेलवत नव्हते. जी गोष्ट वस्त्रांची तीच दागिन्यांची. एकतर आज कुणी दागिने सहसा वापरतच नाही आणि घरात येणाऱ्या नव्या सुनेसाठी सासूने आणि आजेसासूने आपले दागिने अगत्याने दिले तर त्यांचे वजन, ओबडधोबड घडण आणि एकूण जुना थाट नव्या सुनेला आवडतही नाही. मग सरी, ठुशी, मोहनमाळ, वज्रटीक, वाकी असे ऐपतदार अलंकार आज मोडीत घातले जातात आणि त्या सोन्याचे तासाचे बिलवर, नेकलेस, झुलती कर्णभूषणे असे नवे, नाजूक, देखणे लेणे घडवले जाते. पण मनुष्यस्वभाव तितका इथून तिथून सारखाच. आपल्या तुलनेने पाश्चात्त्य देश खूपच पुढारलेले. पण इंग्लंडसारख्या परंपराप्रिय देशात जुन्या वस्तूंचे अजूनही बरेच कौतुक आहे. त्यांच्याकडे नव्या नवरीच्या वेषभूषेत 'Something old something new, something borrowed something blue' असे काही तरी असायलाच हवे. काचेची जुनी चहापानाची भांडी, कपबश्या, जुने फर्निचर हे त्यांच्याकडे अनेकदा पुन्हा फॅशनमध्ये येते. आपल्याकडच्या जुन्या शालू पैठण्यांप्रमाणे त्यांच्याकडे जुन्या पिढीजात लेसला फार महत्त्व दिले जाते. इंग्लंडचे राज्यत्याग केलेले प्रिन्स एडवर्ड, ड्यूक ऑफ विंडसर, यांना जुने फर्निचर, जुनी पेंटिंग्ज आणि इतर अनेक जुन्या वस्तू जमवण्यांचा षौक होता. आपल्याकडेही श्रीमंत खानदानी कुटुंबांत, विशेषत: पारशी घरांतून सुंदर जुने फर्निचर बघायला मिळते. म्हणजे ती प्रवृत्ती आजही आहे.

पण एकंदरीने बघता आपण झपाट्याने नव्याकडे झुकतो आहोत. एके काळी जुन्याला जे महत्त्व होते ते आता नव्याला आले आहे. उपयुक्तता, टिकाऊपणा यांची जागा आज दिखाऊपणाने, देखणेपणाने घेतली आहे. वस्तू सुंदर, आधुनिक, अत्याधुनिक, हवी. मग ती टिकली नाही तरी चालेल. किंबहुना टिकाऊपणा हे गुणवैशिष्ट्य आज राहिलेलेच नाही. पूर्वी वस्तू खरेदी करताना, घरे बांधताना ती पुढल्या दोनतीन पिढ्यांना उपयोगी पडावीत, असा विचार मनात असायचा. आज तसे कुणाला वाटत नाही. आज घेतलेली वस्तू उद्या जुनी होते. नकोशी वाटते. कारण तिची जागा घेण्यासाठी शेकडो नव्या आकर्षक वस्तू बाजारात आलेल्या असतात. जुनी भांडी मोडीत काढा, जुने फ्रीज विकून टाका, जुनी गाडी काढून नवे मॉडेल खरेदी करा - सारांश 'नवे' हा आज परवलीचा शब्द बनला आहे. जीवन विलक्षण गतिमान झाले आहे. माणसे काळाबरोबर धावत आहेत. कालची स्मृती ठेवायची नाही. उद्याची फिकीर करायची नाही. डोळ्यांसमोर फक्त 'आज' असतो. हे बरे किंवा वाईट असे काहीच मला म्हणायचे नाही. मी फक्त वस्तुस्थितीची इथे नोंद करते आहे.

ऐहिक जीवनाची, इथल्या क्षणभंगुर वैभवाची आसक्ती ठेवू नये, अशाश्वताच्या मागे धावू नये, असे सांगताना एक जुना कवी विरक्त भावनेने म्हणतो, 'अशाश्वत संग्रह कोण करी?' तेच वचन आज एका वेगळ्या अर्थाने माणसे पाळताना दिसतात. ते अशाश्वत, न टिकणाऱ्या गोष्टी खरेदी करतात आणि त्यांचा संग्रह तर मुळीच करत नाहीत! एक विरक्ती नव्हे तर उर्मट बेफिकीरपणा, माणसांमध्ये झपाट्याने येत आहे.

◆

जुनी फाईल

आमचे एक मित्र आहेत. त्यांचे नाव एल. के. जोशी. ते एक छोटेसे वाचनालय चालवतात. आपल्या सदस्यांना हवी असलेली पुस्तके पिशव्यांमध्ये घालून, त्या पिशव्या सायकलीच्या हँडलला अडकवून त्या त्या सदस्यांच्या घरी स्वत: पोहोचवतात. गृहस्थ विलक्षण पुस्तकप्रेमी आहे. त्यांतल्या त्यात जुनी दुर्मिळ इंग्रजी मराठी पुस्तके, जुनी मासिके, त्यांचे एकत्र बांधलेले संच यांचा संग्रह करणे हा त्यांचा खास छंद आहे. या पुस्तकप्रेमामुळेच त्यांचा माझा प्रथम परिचय झाला आणि आता त्याचे स्नेहात रूपांतर झाले आहे. कारण मलाही जुनी पुस्तके, मासिके, जुने दिवाळी अंक यांचे फार आकर्षण आहे. वाचनालय चालवणारे हे गृहस्थ आठपंधरा दिवसांनी कधी तरी आमच्याकडे चक्कर टाकतात. दरम्यानच्या काळात काही जुनी पुस्तके, मासिके हाती आली तर ती आवर्जून माझ्यासाठी घेऊन येतात.

काही दिवसांपूर्वी ते असेच आमच्या घरी आले. आल्याबरोबर जवळच्या पिशवीतून पक्की बांधलेली एक जाडजूड फाईल काढून ती त्यांनी माझ्या हातात दिली आणि हसतमुखाने म्हणाले,

'बघा, तुमच्यासाठी काय घेऊन आलो आहे!'

हातातली फाईल मी उत्सुकतेने उघडून पाहिली आणि माझ्या तोंडून आश्चर्याचा, आनंदाचा उद्गार उमटला. ती फाईल म्हणजे 'स्त्री' मासिकाचे एकोणीसशे बेचाळीसचे एकत्र बांधलेले अंक होते. समोरचे गृहस्थ माझी प्रतिक्रिया न्याहाळत होते.

जुनी फाईल । ९१

ते म्हणाले,

'तुम्हाला ही फाईल आवडेल असं वाटलंच होतं मला. म्हणून मिळाल्याबरोबर ती तुमच्यासाठी घेऊन आलो. ठेवा. सवडीनं वाचा. मला मुळीच घाई नाही.'

जरा वेळ गप्पा मारून ते गृहस्थ निघून गेले. मी घाईघाईने फाईल उघडली आणि ताबडतोब भूतकाळात हरवले. बेचाळीसचे अंक म्हणजे अर्धशतकापूर्वीचा काळ. मी त्यावेळी बी.ए.च्या दुसऱ्या वर्षाला होते. त्या अंकांनी मला एकदम माझ्या विद्यार्थिदशेत नेऊन पोहोचवले. नंतर दोनतीन दिवस ती फाईल मी वाचत होते. त्यातल्या कथा, कविता, लेख, अंकांची सजावट, मुखपृष्ठे सारे बारकाईने बघत होते. खरे तर त्या काळात मी ते अंक वाचलेले असणार. माझ्या शालेय जीवनापासून 'स्त्री' मासिकाची आणि माझी ओळख होती. शाळेच्या वाचनालयात 'स्त्री' येत असे. नवा अंक आल्याबरोबर तो आपल्या हाती यावा, साऱ्या मुलींच्या अगोदर तो आपल्याला वाचायला मिळावा यासाठी माझी धडपड असे. अंकावर सुंदर तिरंगी चित्र असे. ते मासिकाच्या गुळगुळीत कव्हरवर छापलेले असे. अंकात कथा असत. कविता असत. गंभीर विषयावरचे लेख असत. वेगवेगळ्या क्षेत्रांत कर्तबगारी गाजवणाऱ्या, जीवनात काही वेगळा मार्ग चोखाळणाऱ्या सुप्रसिद्ध स्त्रियांची व्यक्तिचित्रे किंवा मुलाखती असत. विविध गावी तेव्हा नुकत्या कुठे कार्य करू लागलेल्या स्त्री संस्था, भगिनी मंडळे यांची माहिती अंकात आवर्जून दिलेली असे. मला ते सारे वाचायला आवडे. कथा आणि कविता मी आधी वाचून काढी. कथांना अनुरूप चित्रे देऊन त्यांची सजावट केलेली असे. ती तर मला फार सुंदर वाटे. 'किर्लोस्कर' प्रमाणेच 'स्त्री' चेही संपादक शं.वा. किर्लोस्कर हेच होते. त्यांचे साक्षेपी संपादन, विचारांना चालना देणारे संपादकीय, कथा, कविता, लेखांची केलेली निवड, मधून मधून छापलेली लेखकलेखिकांची छायाचित्रे- या साऱ्यांमुळे 'स्त्री' चा अंक अतिशय देखणा वाटे. इंग्रजी तिसरी, चौथीत शिकणाऱ्या, वाचनाची आवड असणाऱ्या माझ्यासारख्या विद्यार्थिनीला 'स्त्री' मासिक म्हणजे डोळ्यांची, मनाची भूक भागवणारी मेजवानीच वाटे.

आणि आता अर्धशतकापूर्वीची 'स्त्री' ची ही फाईल सहज योगायोगाने मला वाचायला मिळाली होती. ती चाळताना त्या काळातले समाजजीवन, स्त्रियांचे समाजातील आणि कुटुंबातील स्थान, त्यांच्यापुढे त्यावेळी उभ्या असलेल्या समस्या, तेव्हाच्या कर्तृत्वसंपन्न स्त्रिया व त्या आक्रमीत असलेली जीवनाची विविध क्षेत्रे, इतकेच नव्हे तर स्त्रियांना मार्गदर्शन करणाऱ्या कायद्याचा सल्ला, बालसंगोपनाबद्दलची माहिती अशा कितीतरी गोष्टींचा त्या फाईलीत अंतर्भाव झालेला मला दिसत होता. 'स्त्री' मासिकाच्या त्या जुन्या अंकांमधून तेव्हाचा मराठी समाज, तेव्हाची संस्कृती, तेव्हा होऊ लागलेले विचारमंथन, तेव्हाचे वाङ्मयीन विश्व या साऱ्यांचा स्पष्ट आलेख उमटलेला माझ्या प्रत्ययाला येत होता.

चूल आणि मूल हे आता स्त्रियांचे कार्यक्षेत्र राहिलेले नाही, वेगवेगळे व्यवसाय, कार्यक्षेत्रे त्यांच्यापुढे उघडू लागली आहेत याची समाजाला तेव्हा नुकती जाणीव होत असल्याचे अंकांमधून स्पष्ट दिसत होते. या दृष्टीने काही लेखांचे मथळे मोठे सूचक, अर्थपूर्ण वाटले. स्त्रिया तेव्हाही शिक्षिका होत होत्या. त्या नर्सचा व्यवसाय करत होत्या. क्वचित कुणी डॉक्टर किंवा प्राध्यापकही झाल्या होत्या. पण त्या व्यतिरिक्त इतर व्यवसायात त्यांनी अद्याप पदार्पण केलेले नव्हते. तसे त्यांनी करावे की नाही याबद्दलचे उलटसुलट विचार, मते वर निर्देशिलेल्या लेखांच्या मथळ्यांतून प्रकट झाली आहेत. 'विवाहित स्त्रीशिक्षिका आणि त्यांच्या अडचणी', 'स्त्रियांनी विमा एजंट व्हावे काय?', 'स्त्रियांच्या संस्था व त्यांचे कर्तव्य', 'धार्मिक खुळे' या शीर्षकांवरून त्यावेळी समाजात स्त्रियांच्या संदर्भात काय विचारमंथन चालले असेल याचा काहीसा अंदाज येतो.

चित्रपटसृष्टीत स्त्रिया नुकत्याच शिरल्या होत्या. दुर्गा खोटे, नलिनी तर्खड, लीला चिटणीस अशा उच्चकुलीन आणि सुशिक्षित स्त्रिया चित्रपटांत कामे करत होत्या. त्यांच्याभोवती कुतूहलाचे, कौतुकाचे वलय निर्माण झाले असल्यास त्यात काही आश्चर्य नव्हते. या कुतूहलाची साक्ष 'स्त्री' मासिकाच्या या अंकांमधून पटते. काही अंकावर तेव्हाच्या चित्रपटतारकांची सुंदर चित्रे दिलेली आहेत. एका अंकात 'मीनाक्षी' या अभिनेत्रीची मुलाखत आहे. 'ब्रह्मचारी' मध्ये पोहण्याचा पोशाख घालून प्रथमच पडद्यावर येणाऱ्या या अभिनेत्रीबद्दल लोकांना केवढे अमाप आश्चर्य आणि कुतूहल वाटले असेल त्याची या मुलाखतीवरूनही कल्पना येते. दुसऱ्या एका अंकावर स्नेहप्रभा प्रधान या मराठी चित्रपटतारकेचे मुखपृष्ठ आहे.

कलाक्षेत्रात धिटाईने प्रवेश करणाऱ्या स्त्रियांच्या जोडीनेच सामाजिक क्षेत्रात विविध प्रकारचे कार्य करणाऱ्या कितीतरी महिलांचा परिचय या जुन्या अंकांतून करून दिलेला आढळतो. त्यांतून तत्कालीन समाजात होऊ लागलेली एक नवी जाणीव प्रत्ययाला येते. पंडित जवाहरलाल नेहरूंच्या भगिनी विजयालक्ष्मी पंडित, मिसेस चर्चिल, मिसेस एलिनॉर रूझवेल्ट, इंदिराबाई मायदेव, शांताबाई भालेराव अशा वेगवेगळ्या क्षेत्रांतल्या नामवंत स्त्रियांचा परिचय इथे करून दिलेला आढळतो. त्याबरोबर लहानलहान गावांतून आपल्या कुवतीनुसार एखादी स्त्रीसंस्था किंवा महिलामंडळ काढून स्त्रियांना एकत्र जमवणाऱ्या आणि काही सामाजिक कार्याची आवड त्यांच्या ठायी निर्माण करणाऱ्या समाजसेविकांची ओळखही इथे करून दिलेली असते.

कायद्यांतील किचकट प्रश्न, स्त्रियांच्या विकासाआड येण्याची त्यांची प्रवृत्ती, स्त्रियांचा वारसाहक्क अशा प्रश्नांचा जसा इथे ऊहापोह केला आहे त्याप्रमाणे घराची मर्यादा ओलांडून धिटाईने समाजात वावरू बघणाऱ्या स्त्रियांनी आत्मसंरक्षक वृत्ती स्वत:च्या ठायी निर्माण करणे किती आवश्यक आहे याचेही मार्गदर्शन काही

लेखांमधून केलेले दिसते. हे सगळे विचारप्रधान, स्त्रियांच्या जीवनातल्या किचकट समस्यांची उकल करू बघणारे लेख सोडून कथा, कविता अशा लालित्यपूर्ण साहित्याकडे वळले तर तिथे अनेक मजेदार गोष्टींचा आढळ होतो. पहिली गोष्टी ही की, या सर्व साहित्यात नामवंत लेखिका किंवा कवयित्री या अभावानेच दिसतात. आजच्या श्रेष्ठ कवयित्री इंदिरा संत यांनी इथे हजेरी लावली आहे. पण ती कवितेच्या रूपाने नव्हे तर एलिनॉर रूझवेल्ट यांच्या परिचयलेखाच्या रूपाने. संजीवनी यांच्या मात्र तीन-चार कविता या फाईलीत सापडल्या आणि त्या संजीवनीच्या कवित्वगुणाचा आजही प्रत्यय देतात. पुरुषही इथे स्त्रियांच्या बरोबरीने लेखन करताना दिसतात. रविकिरण मंडळातले ज्येष्ठ कवी गिरीश आणि यशवंत यांच्या दोन कविता इथे आहेत आणि त्या सुरेख आहेत. कवी कृ.ब. निकुम्ब यांची एक कविता आहे. गमतीची गोष्ट म्हणजे कवी भा. रा. तांबे यांची एक अप्रकाशित कविता इथे छापलेली आहे. बाकीचे कवी आणि कवयित्री या केवळ गंमत म्हणून हौसेखातर काव्यलेखन करताना दिसतात. त्यांतले कुणीही पुढे साहित्यात प्रस्थापित झाले नाहीत. ती नावे आज काळाच्या ओघात वाहून गेली आहेत. जी गोष्ट कवितांची तीच कथांची. वस्तुत: या काळात किंवा जरा आगेमागे, 'रत्नाकर', 'यशवंत' यांसारख्या मासिकांतून अनेक नामवंत कथाकार कथालेखन करत होते. फडके, खांडेकर, य.गो.जोशी, वि.वि. बोकील यांच्या दर्जेदार कथा लिहिल्या जात होत्या. त्यांच्या जोडीने विभावरी शिरूरकर, कमलाबाई टिळक, मुक्ताबाई दीक्षित अशा लेखिकांच्या कथाही प्रसिद्ध होत होत्या. पण 'स्त्री' मासिकाच्या या विशिष्ट फाइलीत एकाही मोठ्या कथाकाराने किंवा कथालेखिकेने लिहिलेले आढळत नाही. नाही म्हणायला य.गो.जोशी यांची 'अन्न आणि अन्न' ही अतिशय सुंदर कथा एका अंकात आलेली आहे. बाकीच्या बहुतेक कथा कलादृष्ट्या सामान्य आहेत. या कथांतून काही मार्गदर्शन, उपदेश, बोध केलेला दिसतो. मार्मिक स्वभावरेखन किंवा सूक्ष्म मनोविश्लेषण यांचा तर इथे शोधूनही कुठे पत्ता लागत नाही.

आणखी एका गोष्टींचा आवर्जून उल्लेख केला पाहिजे. या अंकांत सैंपाकघराची मोठ्या प्रमाणात दखल घेतलेली आहे. आणि नाना प्रकारच्या नाविन्यपूर्ण खाद्यपदार्थांच्या कृती दिलेल्या आहेत. कच्च्या भोपळ्याची बर्फी, आंब्याच्या पुऱ्या, वांग्याचे कटलेट, टोमॅटोचे सूप अशा पदार्थांच्या पाककृती वाचताना गंमत वाटते आणि आजच्या 'ग्लॉसी' व 'पॉश' मासिकांनीही ती परंपरा पुढे चालवली आहे हे पाहून अर्धशतकाचे मधले अंतर एकदम लुब्ध झाले आहे, असा प्रत्यय येतो.

तर अशी ही बेचाळीसची 'स्त्री' मासिकाची फाईल. जितकी रंजक तितकीच उद्बोधक. विकासशील मराठी स्त्रीजीवनाच्या प्रदीर्घ प्रवासातला एक टप्पा. एक मैलाचा दगड!

◆

एकेकाची तऱ्हा

दैनंदिन जीवनात आपला अनेक माणसांशी या ना त्या प्रकारे संपर्क येतो. आणि त्या वेळी परस्परांचे मनोगत जाणून घेण्यासाठी 'संवाद' हे एकच साधन आपल्यापाशी असते. या संवादाच्या निमित्ताने माणसे एकमेकांच्या जवळ येतात. सारे सामाजिक अभिसरण या संवादाच्या बळावरच चालते आणि हे संवाद माणसांचे स्वभाव वेगवेगळ्या प्रकारांनी व्यक्त करतात. माणूस हा बोलणारा प्राणी आहे अशी कुणीतरी त्याची व्याख्या केली आहे. माणसांच्या जेवढ्या परी तेवढ्या त्यांच्या बोलण्याच्या तऱ्हाही निरनिराळ्या असतात. या बोलण्याने कधी आपण निर्विकार राहतो, कधी आपली भरपूर करमणूक होते तर कधी अतोनात मनस्तापही होतो.

अशा प्रकारच्या बोलण्याचा एक नमुना पाहा. माझ्या ओळखीचे एक गृहस्थ आहेत. त्यांना त्यांच्या विधानाला कुणी यत्किंचितही विरोध केलेला चालत नाही. त्याबाबत ते कमालीचे आग्रही आहेत. समोरच्या माणसाच्या बोलण्याला मात्र ते पदोपदी विरोध करीत असतात. संभाषण कोणत्याही विषयावर चाललेले असो, तुम्ही म्हणाल त्याच्या विरोधात काहीतरी बोलायचे यावर त्यांचा भारी कटाक्ष असतो. बरे, तो विरोध मोठा महत्त्वाचा, गहन, काही तात्त्विक मुद्द्यावर केलेला असतो असे म्हणाल तर असेही नसते. अगदी किरकोळ बाबी. पण त्यातही दर वेळी यांचे आपले काही तिरपागडे मत असायचे. जेवताना सहज कुणी म्हटले, 'आज गवारीची भाजी जरा खारट झाली आहे नाही?' तर हे गृहस्थ लगेच उसळून

एकेकाची तऱ्हा । ९५

म्हणतील, 'छे! छे! खारट कुठली? मी तर म्हणतो आज भाजी अळणीच झाली आहे.' किंवा आणखी जर कुणी बोलले, 'काल टीव्हीवरचा अमकातमका कार्यक्रम फारच आवडला बुवा मला!' तर हे गृहस्थ कुत्सितपणे हसून म्हणतील, 'छे! तो कसला कार्यक्रम? गेल्या आठवड्यातला जो 'वादसंवाद' होता ना तो अप्रतिम होता.' या प्रकारे प्रत्येक गोष्टीला विरोध करणे हा, मला वाटते, त्यांचा काहीतरी खास व्यक्तिगत आनंद असावा! बरे, त्यांच्या या बोलण्याला समोरच्या माणसाने काही विरोध करावा किंवा स्वत:चे मत आग्रहाने मांडून त्यांचे मतपरिवर्तन करण्याचा प्रामाणिक प्रयत्न करावा हे मुळीच शक्य नसते. कारण आपण कितीही तर्कशुद्ध बोललो तरी हे गृहस्थ आपला मुद्दा सोडणार नाहीत, त्यालाच घट्ट चिकटून बसतील हे एव्हाना ओळखीच्या सर्व लोकांना कळून चुकलेले असते. तेव्हा लोक आपले समंजसपणे हसून सोडून देतात आणि ते विरोध करणारे गृहस्थ मात्र 'जितं मया'च्या अभिनिवेशाने एक विजयी हास्य चेहऱ्यावर घेऊन तिथून निघून जातात.

माणसांचा आणखी एक प्रकार आहे. त्यांना मी माझ्यापुरते 'संदर्भपंडित' असे नाव दिले आहे. हेही वरील सद्गृहस्थांप्रमाणे समोरच्या माणसाला जिथे तिथे अडवणारच. पण यांची तऱ्हा थोडी वेगळीच असते. ते तपशीलाबद्दल फार आग्रही असतात. आणि आपल्या कोणत्याही साध्या बोलण्यातला सुद्धा नेमका संदर्भ देऊन ते विरोध करतात. परवा आम्ही सहज गप्पा मारत बसलो होतो. हे संदर्भपंडित तिथे हजर होते. कुणीतरी अमुक अमुक घटना गेल्या सोमवारी घडली असे विधान केले. त्यावर हे गृहस्थ उसळून म्हणाले, 'सोमवार काय म्हणता? तुम्ही सांगता ती घटना बुधवारी घडली. मी अगदी ठणकावून सांगतो. माझ्या डायरीत प्रत्यक्ष तशी नोंदच आहे ना! आता बोला!' त्यावर पहिले विधान करणारे गृहस्थ अगदी थंडपणे म्हणाले, 'सोमवार काय, बुधवार काय, किंवा दुसरा कोणताही वार काय- वाराबद्दल माझा काडीमात्र आग्रह नाही. घटना घडली हा महत्त्वाचा मुद्दा. आणि माझे विधान तेवढ्यापुरतेच आहे. आता ही घटनाच घडली नाही असे तुम्हाला म्हणायचे असेल तर तसे सुद्धा म्हणा बापडे! माझा त्याबद्दल सुद्धा आग्रह नाही!' हे बोलणे ऐकून भोवतालची सारी मंडळी हसू लागली. आणि आमचे संदर्भपंडित तेवढ्यापुरते तरी ओशाळून गप्प बसले.

या गृहस्थांची आणखी एकदा गंमत झाली आणि या वेळी प्रत्यक्ष मलाच तो अनुभव आला. गृहस्थ तसे मनमिळाऊ, सज्जन आहेत. मुख्य म्हणजे सामाजिक कार्याची त्यांना भारी हौस आहे. म्हणून अमक्या संस्थेचे अध्यक्ष, तमक्या संस्थेचे खजिनदार, आणखी कुठल्या तरी संस्थेचे कार्यवाह अशा नाना प्रकारच्या जबाबदाऱ्या ते आपखुषीने सांभाळत असतात. त्यांच्या एका संस्थेचा वार्षिक समारंभ जवळ आला होता. तिथे काही थोर व्यक्तींना मुद्दाम पाचारण केले होते. आणि संस्थेतर्फे

मानचिन्ह देऊन त्यांचा सत्कार करायचा होता. कार्यक्रमाची तयारी कुठवर आली आहे अशी मी सहज या गृहस्थांकडे चौकशी केली तेव्हा ते प्रसन्नपणे हसून मला म्हणाले, 'तसं होतंच आलंय सगळं. आता फक्त पाहुण्यांना द्यायचे ते 'मोमेंटो' तयार करून घेतले की झालं!'

'मोमेंटो?' मी चमकून प्रश्न केला.

'मोमेंटो म्हणजे आपली मानचिन्हं, स्मृतिचिन्हं हो! एवढंही माहीत नाही का तुम्हाला?' गृहस्थ माझी कीव करून सहानुभूतिपूर्ण स्वरात म्हणाले.

'शब्दाचा अर्थ मला माहीत आहे.' मी म्हटले, 'पण माझ्या समजुतीप्रमाणे तो शब्द 'मेमेंटो' असा आहे. 'मोमेंटो' हा चुकीचा शब्द आहे.'

गृहस्थ एकदम चिडले. त्यांची अस्मिता दुखावली गेली होती. ते म्हणाले, 'तुम्ही काय मला सांगता? आज इतकी वर्षे मी सामाजिक कार्य करतो आहे. कितीजणांना मी या हातांनी 'मोमेंटो' दिले आहेत, त्या मला काय शब्द ठाऊक नाही? 'मोमेंटो'च बरोबर आहे.'

पण आता मीही इरेला पेटले होते. गृहस्थांचा तो अभिनिवेश, आविर्भाव आणि मुख्य म्हणजे आपल्या हातून कधी कसली चूक होणेच शक्य नाही या संबंधीचा त्यांचा निःशंक आत्मविश्वास या साऱ्यांचाच मला राग आला होता. पण माझा राग प्रयत्नपूर्वक ताब्यात ठेवून मी त्यांना इतकेच म्हटले, 'मी काही इंग्रजी विषयाची मोठीशी जाणकार नाही. पण हा वाद हवाच कशाला? आपण डिक्शनरीच बघू या ना!' आणि लगेच उठून मी डिक्शनरी काढली. तो शब्दही शोधून काढला. अर्थात मी म्हटल्याप्रमाणे तो 'मेमेंटो' असाच होता. तो शब्द मी समोर बसलेल्या गृहस्थांना दाखवला. त्यांची पूर्ण खात्री पटावी म्हणून दुसरी एक छोटी डिक्शनरी घरात होती तिच्यातूनही तो 'मेमेंटो' शब्द काढून त्यांना दाखवला. असा सज्जड पुरावा मी दिल्यावर त्या गृहस्थांचा चेहरा पडला हे सांगायला नकोच. पण आपली चूक मनमोकळेपणाने पदरात घेण्याइतका खिलाडू दिलदारपणा त्यांच्या अंगी कुठे होता? ते काहीशा कुरठेपणानेच मला म्हणाले, 'हां! आता डिक्शनरीतच शब्द आहे म्हणून तोच बरोबर मानायला हवा. पण आम्ही मात्र गेली अनेक वर्षे अशी मानचिन्हं लोकांना देत आलो आणि उच्चारही 'मोमेंटो' असाच करत आलो, हे मात्र खरं! काय विचित्र असतात हो एकेक शब्द?'

ही झाली काही पुरुषांच्या बोलण्याची तऱ्हा. पण बायकाही या असल्या विक्षिप्तपणाला, दुराग्रहाला बळी पडत नाहीत असं नाही. मी कॉलेजात शिकवत होते तेव्हा आमच्या इंग्रजी विभागात एक प्राध्यापिका होत्या. इंग्रजी विषयात त्या पारंगत असाव्यात हे साहजिक होते. बोलायलाही त्या खूप मोकळ्या होत्या. पण त्यांच्या बोलण्यात इंग्रजी साहित्यातील अवतरणे वारंवार येत. वर सांगितलेले

गृहस्थ जसे संदर्भ देण्यात पटाईत तशा या प्राध्यापिका अवतरणे देण्यात पारंगत. त्यांच्या बोलण्यात वर्डस्वर्थ - टेनिसनपासून तो टी. एस. एलियट, डिलन थॉमसपर्यंत सारे जुने-नवे कवी आपापल्या कविता घेऊन आमच्यासमोर अवतरत. शेक्सपियरपासून शॉ, इब्सेनपर्यंतच्या नाटककारांची हजेरी लागे. त्यात जुने कवी, शेक्सपियर, शॉ वगैरेंशी आम्ही मराठी विषयाच्या प्राध्यापकांचा नाही म्हटले तरी बऱ्यापैकी परिचय होता. पण नवे नाटककार, कवी यांची अवतरणे मात्र आमच्या डोक्यावरून जात. तरी त्यांचे बोलणे एकंदरीने आम्हांला आवडायचे. आणि इंग्रजी साहित्याच्या आमच्या तोकड्या ज्ञानात त्यामुळे भरही पडायची. एकदा मात्र गंमत झाली. बाईंनी कोणते तरी एक वाक्य उच्चारले आणि ते 'ऑथेल्लो' तले अवतरण असल्याचे त्यांनी आम्हाला सांगितले. त्याच सुमाराला इंग्रजी विभागात एक नुकती एम.ए. झालेली अगदी पोरसवदा लेक्चरर नुकतीच काम करू लागली होती. अतवरण कानावर पडताच ती चटकन म्हणाली, 'मॅडम, हे वाक्य 'मॅकबेथ' मधलं आहे, 'ऑथेल्लो' तलं नाही!'

इंग्रजी विभागातल्या एका ज्येष्ठ प्राध्यापिकेची चूक एका अगदी ज्यूनिअर आणि त्याही नव्यानेच लागलेल्या मुलीने दुरुस्त करावी, आणि तीही आम्हा इतर चार-सहा प्राध्यापिकांच्या समोर, हे खरे म्हणजे एक प्रकारचे धार्ष्ट्यच होते. आम्ही चपापलो. मनातल्या मनात जरा घाबरलोही. आता काय होते याची आम्ही उत्सुकतेने वाट बघू लागलो. पण त्या ज्येष्ठ प्राध्यापिका जरा देखील अस्वस्थ झाल्या नाहीत. किंवा त्यांना रागही आला नाही. त्या दिलखुलासपणे हसून ज्यूनिअर लेक्चररला म्हणाल्या, 'अगदी बरोबर! मी अवतरण चुकीचंच सांगितलं बरं का! थँक यू!' आणि मग आमच्याकडे वळून त्या कौतुकाने बोलल्या, 'बघा, माझ्या डिपार्टमेंटमधले सहकारी कसे हुशार आहेत.' सांगायचे कारण, बोलण्याच्या अशा नाना तऱ्हा आणि बोलणाऱ्यांचे असे असंख्य प्रकार आपल्याला हरघडी बघायला मिळतात. काही तापदायक, काही आनंददायक, पण सारेच आपापल्या परीने मजेदार!

◆

दळण सरलं सरलं म्हणू कशी?

परवाच कुठेतरी एक मजेदार माहिती माझ्या वाचनात आली. जपानमध्ये जेव्हा एखादे घर बांधतात तेव्हा त्या घरामध्ये एकदोन विटांची जागा रिकामी ठेवतात. हे असे करण्याचे कारण काय? तर घर अपुरे राहावे. त्याची बांधणी पूर्ण करू नये. कोणतीही गोष्ट पूर्णत्वाला नेणे म्हणजे ती संपवणे. आपले घर असे संपू नये, ते पुढे चालू राहावे, त्याची अधिकाधिक वाढ होत जावी, असा त्यांच्या या कृतीमागचा हेतू असतो.

याच लेखामध्ये जपानी माणसांचा आणखीही एक स्वभावविशेष सांगितला आहे. जपानी माणूस कोणतेही विधान कधी ठामपणे करत नाही. होकार म्हणा, नकार म्हणा, निश्चितपणे तो देतच नाही. त्यांच्या या कृतीतसुद्धा संवाद पुढे चालू ठेवण्याचा एक हेतू अभिप्रेत असतो. ठाम नकार दिला तर संवाद संपला. ठाम होकार दिला तरीही संवाद संपला. आणि कोणतीही गोष्ट असो, ती अशी संपवणे हे जपानी माणसाला अपशकुनीच वाटते. काही संपवणे, कशाचा शेवट करणे म्हणजे जीवनाचाच अंत करणे अशी काहीशी त्यांची यामागची कारणपरंपरा आहे. जीवनाचे सातत्य कायम राहिले पाहिजे, त्याचा प्रवाह कुठेही खंडित होता कामा नये, तसे करणे म्हणजे निसर्गाच्याविरुद्ध जाणे आहे, अशी जपानी माणसाच्या मनाची धारणा आहे.

लेख वाचताना सुरुवातीला मला फार गंमत वाटली. जपानी माणसाचे थोडे हसूसुद्धा आले. पण लेख वाचून संपवला तेव्हा मात्र मला गंमत वाटली नाही.

दळण सरलं, सरलं म्हणू कशी? । ९९

हसूही आले नाही. उलट मी जराशी अंतर्मुख झाले आणि कोणतीही गोष्ट पूर्ण न करता, तिला समाधी न देता, तिचे आयुष्य पुढे चालू ठेवणे या कल्पनेत केवढे काव्य भरलेले आहे, याची हळूहळू मला जाणीव होऊ लागली.

जीवन भंगुर आहे, जे जे उत्पन्न झाले ते शेवटी लयाला जाणार आहे, हे सत्य, जे मला कळते, तुम्हाला कळते, ते न कळण्याइतका जपानी माणूस वेडा आहे का? निर्बुद्ध आहे का? त्यालाही ते अलबत कळत असलेच पाहिजे. तरीही, तो ते पुढे चालू ठेवतो. कोणतीही गोष्ट पूर्ण करायची नाही, तिची गती पुढे चालू ठेवायची हे म्हटले तर हास्यास्पद आहे, पण म्हटले तर जीवनाविषयी फार खोल समज दाखवणारे आहे.

लेख वाचला आणि एकदम माझे मन भूतकाळात शिरले. लहानपणची एक आठवण माझ्या मनात अचानक जागी झाली. माझ्या लहानपणी घरात जाते होते आणि माझी आजी, मामी रोज सकाळी घरी जात्यावर दळण दळत. या दळणाच्या वेळी त्यांच्या तोंडून ज्या ओव्या उमटत त्या ऐकणे मला फार आवडे. माजघरातला अंधुक उजेड, दळल्या जाणाऱ्या पिठाचा हवाहवासा वाटणारा वास आणि जात्याच्या घरघरीत मिसळणाऱ्या ओव्यांचे गोड शब्दसूर हे सारे मिळून एक सुंदर वातावरण तयार होई. त्याचा मला विलक्षण लोभ वाटे. हे दळण संपत आले म्हणजे मूठभर धान्य बायका आवर्जून मागे ठेवीत. ती मूठ त्या जात्याच्या तोंडात टाकत नसत. मला या गोष्टीचे नवल वाटे. मी आजीला म्हणे, 'ते धान्य कशाला मागे ठेवलंस? सारं दळण संपवून टाक ना?' त्यावर आजी गोड हसून मला म्हणे, 'दळण संपवायचं नसतं. संपलं असं म्हणायचंही नसतं. आपल्या घरात दळण सतत चालू राहीले पाहिजे.' ती इतकेच बोलून थांबत नसे तर लगेच मला काही ओव्या ऐकवी–

दळण सरलं सरलं म्हणू कशी?

सासर-माहेर भरल्या दोन्ही राशी!

दळण सरलं सरलं म्हणू नाही

पाहुण्या-रावळ्यांची वर्दळ सदा राही!

ओव्या म्हटल्यावर आजी मला त्याचा अर्थ सांगे. 'आपलं दहा माणसांचं घर. त्या घरातलं दळण कधी संपता कामा नये. इथली पाहुण्या-रावळ्यांची वर्दळ कधी ओसरता कामा नये. घर नेहमी भरलेलं असावं. तिथं दळण-कांडण सतत चालू राहावं!'

या प्रथेप्रमाणे आणखीही एक प्रथा आमच्या घरात होती. आमच्याच नव्हे; ओळखी-पाळखीच्या, आप्त, नातेवाईकांच्या घरीही ती प्रथा मी तेव्हा पाहिलेली आहे. रात्रीची जेवणे संपली की, वाटीभर आमटी, थोडा भात, निदान कोरभर भाकर आई, आजी शिंक्यावरच्या टोपलीत राखून ठेवत. ती टोपली कधी रिकामी राहू देत

नसत. त्याचेही मी कारण विचारले तर रात्रीबेरात्री कुणी पाहुणा अवचित घरी आला तर तो उपाशी राहता कामा नये. घासभर अन्न त्याच्या पुढ्यात ठेवता आलं पाहिजे. पण दुसरी महत्त्वाची गोष्ट म्हणजे घरातलं जेवण संपता कामा नये. ते पुढं चालू राहायला हवं. बाळपणीच्या आठवणी मनात जाग्या झाल्या आणि वाटले, आपल्याकडच्या जुन्या प्रथा या जपानी माणसाच्या प्रथेसारख्याच नाहीत का? दळण सरले म्हणायचे नाही, घरातले अन्न संपवायचे नाही यामागे जी भावना आहे, ती जपानी माणसाच्या भावनेपेक्षा वेगळी नाही. जीवन अखंड ठेवावे, त्यांचे प्रवाहीपण सतत चालू राहावे, हा माणसाच्या मनातला चिरंतन आशावादच दोन्हीकडे व्यक्त झालेला आहे.

एकदा या दिशेने माझे विचार सुरू झाल्यावर आपल्याकडचे इतरही अनेक संकेत मला भराभर आठवू लागले. अगदी आजदेखील आपण कुणाच्या घरी गेलो तर तिथून निघताना 'जातो' म्हणत नाही. 'येतो' असे म्हणतो. तीच गोष्ट आपल्या घरी येणाऱ्या माणसांची. तीही घरातून जाताना 'येतो हं' याच शब्दाने आपला निरोप घेतात. गुजराती माणसे घरात आलेले पाहुणे निरोप घेऊन जाताना 'आवजो' म्हणजे 'परत या हं!' अशा शब्दांनी त्यांची बोळवण करतात. घरी आलेल्या माणसाने 'जातो' म्हणणे आपल्याकडेही अशुभ, अभद्र समजतात. हे त्यांचे कदाचित शेवटचेच निरोप घेणे ठरेल, असे एक गूढ भय त्यामागे असते. निदान हा स्नेहाचा, मैत्रीचा शेवट तर ठरणार नाही? म्हणून जाणाराने 'येतो' म्हणायचे. घरातल्याही माणसांनी 'या हं!' असे म्हणूनच त्याला निरोप द्यायचा. घरी येण्याजाण्याची ही परंपरा यापुढेही सतत चालू राहावी, तिला खंड पडू नये ही यामागची भावना असते.

गेल्या कितीतरी वर्षांत मी कथा, कीर्तने, प्रवचन हे काही ऐकलेले नाही. पण लहानपणी आमच्या वाड्यातल्या एका बाईंबरोबर मी हौसेने तुळशीबागेत कधी कथा, कधी एखाद्या धार्मिक ग्रंथाचे पठण ऐकायला जात असे. तेव्हाची अशीच एक गोड प्रथा मला आठवते. पुराणिकबुवा जेव्हा एक अध्याय वाचून संपवीत तेव्हा ते पुढच्या अध्यायाचा प्रारंभ करून, मगच थांबत, त्या वेळी मला त्याचा अर्थ कळत नसे. पण आता वाटते, प्रवचन संपलेले नाही, ते पुढे असेच चालू राहणार आहे, असे सुचवणारा तो एक सुंदर संकेत असला पाहिजे. घरी देव बसवल्यानंतर त्यांचे जेव्हा आपण विसर्जन करतो तेव्हा त्यांना देखील आपण 'पुनरागमनाय च' या शब्दांत निरोप देऊन स्नेहसंबंधाचा धागा अतूट राखतो. 'पुन्हा यायचे बरे का!' अशी प्रेमळ सूचना देवांना देतो.

काहीही संपू नये, कशाचाही शेवट होऊ नये ही जी भावना आपल्या मनात खोलवर रुजलेली आहे तिचा परिणाम आपल्या दैनंदिन भाषेवरही कसा झाला आहे, ते बघण्याजोगे आहे. आपण 'दिवा मालवा' असे कधी म्हणत नाही. 'दिव्याला निरोप द्या' असे म्हणतो. या निरोपामध्ये तो उद्या पुन्हा घरात तेवणारच आहे. हा दृढ

विश्वास कुठेतरी अंतर्भूत असतो. आज कुंकू, बांगड्या इत्यादी गोष्टींना फारसे महत्त्व राहिलेले नाही. त्यांच्याभोवती गुंफलेल्या सौभाग्यसूचक भावनाही आज कुणाच्या मनात जाग्या असतील असे वाटत नाही. पण माझ्या लहानपणी 'कुंकू पुसले', 'बांगड्या फुटल्या' असे अभद्र उद्गार तोंडावाटे काढण्याची सक्त मनाई असे. कुंकू पुसले तर 'कुंकू वाढवले' असे म्हणायचे. 'बांगड्या फुटल्या' तरी 'बांगड्या वाढवल्या' असे म्हणायचे. जे नाश पावते ते पुढच्या वाढीचे, विकासाचे सूचक असते असा आपला विश्वास या संकेतांमधून व्यक्त झालेला आहे.

मला वाटते, या बाबतीत केवळ जपान, भारत हेच नव्हेत; तर इतरही अनेक पौर्वात्य देश सारखे आहेत. 'बांधते घर' अपुरे ठेवण्याची प्रथा कंबोडियातही आहे असे म्हणतात. अन्त नाकारण्याची आणि जीवनाचे सातत्य मानण्याची ही कल्पना आपल्याला इतकी का बरे महत्त्वाची वाटावी? याचे कारण मृत्यूचे आत्यंतिक भय हे असेल का? तो अगदी कोपऱ्यावर उभा असेल, कुठल्याही क्षणी अकस्मात आपल्याला गाठील याची निश्चिती मनात असल्यामुळे निदान कल्पनेच्या पातळीवर तरी जीवनाची अखंडता स्वीकारावी असा हेतू या संकेतामागे असेल का? किंवा पौर्वात्य मन हे खरोखरीच जीवनाच्या सातत्याबद्दल नि:शंक असेल का? ते काही असो, हा संकेत मात्र फार सुंदर, मनाला धीर आणि दिलासा देणारा आहे. आता मी लहानपणी ऐकलेल्या आजीच्या त्या ओवीत मला भाबडी अंध:श्रद्धा दिसत नाही तर जीवनाविषयीचे एक खोल शहाणपण आणि स्वीकारशीलता त्यात सामावलेली आहे असे वाटते. एका प्रतीकात्मक पातळीवर ती ओवी मला फार खरी, फार अर्थपूर्ण वाटते, आणि म्हणून आजीच्या सुरात सूर मिसळून मीही एका उत्कट भावनेने म्हणते, 'दळण सरलं सरलं म्हणू कशी?' जीवनाचे हे जाते असेच अविरत फिरत राहणार आहे!

◆

पंख गळालेली परी

वास्तववादाचा आपण कितीही उदोउदो केला, स्वप्नरंजनाला आपण कितीही नावे ठेवली तरी, आपल्या मनाच्या एका कोपऱ्यात स्वप्नरंजनाला, अद्भुतरम्यतेला थोडीशी तरी जागा असतेच असते. ते नाकबूल करण्यात काही अर्थ नाही. आपण वयाने वाढतो, प्रौढ आणि हिशेबी बनतो. जीवनाचे रुक्ष तर्ककर्कश स्वरूप ओळखून त्याप्रमाणे व्यवहार सांभाळून वागायला शिकतो. इथे सुंदरतेला जागा नसते, अद्भुत, रोमांचकारक असे काही घडत नाही, स्वप्ने तर कधीही खरी होत नाहीत, हे सगळे आपले आयुष्य आपल्याला पदोपदी पटवून देत असते. आपणही त्या कटू वास्तवाचे घोट निमूटपणे घशाखाली घालत असतो. तरीही आपल्या साऱ्यांमध्ये असणारे ते लहानगे मूल सौंदर्याच्या, अद्भुताच्या, परीकथेच्या शोधात असते आणि आश्चर्याची गोष्ट म्हणजे वास्तव जगात सुद्धा केव्हा तरी ही परी आपल्याला सापडते. परीकथांची नायिका म्हणून आपण तिच्याकडे बघत असतो, त्यात आसक्ती नसते. लोभ नसतो, स्वार्थ नसतो. असते फक्त एक विशुद्ध, निर्मळ, सुंदर कौतुक!

अगदी अलीकडच्या काळात आपल्या डोळ्यांसमोर अशी एक परी प्रत्यक्ष वावरली. जिवंतपणे आपल्या प्रत्ययाला आली. तिचे नाव लेडी डायना. भूतपूर्व प्रिन्सेस ऑफ वेल्स. ब्रिटिश साम्राज्याने भावी राणी म्हणून जिचा स्वीकार केला होता, ती स्वरूपसुंदरी. प्रिन्स चार्लस्‌चे आणि डायनाचे लग्न ठरले, तेव्हापासून केवळ ब्रिटिश जनताच नव्हे, तर सारे जग तिच्याकडे विलक्षण कुतूहलाने बघू

पंख गळालेली परी । १०३

लागले. ब्रिटनमध्ये साऱ्या प्रसिध्दीमाध्यमांचे लक्ष तिच्याकडे वळावे, तिचे विविध आविर्भावांतले फोटो त्यांच्या वृत्तपत्र-मासिकांतून छापून यावेत यात काही नवल नव्हते, परंतु वेगवेगळ्या देशांतल्या, निरनिराळ्या भाषांतल्या वर्तमानपत्रांनीही डायनाला भरपूर प्रसिद्धी दिली. धंदेवाईक धूर्तपणाचा भाग यात असेलही; पण सर्वसामान्य, तुमच्या आमच्यासारख्या माणसांनीही या न पाहिलेल्या, न देखलेल्या ब्रिटिश मुलीवर अपरंपार लोभ केला. तिचे फोटो कौतुकाने पाहिले. तिच्याबद्दलच्या लहान-मोठ्या, खऱ्या-खोट्या बातम्या कुतूहलाने वाचल्या. खरे तर, ब्रिटिश साम्राज्यशाहीशी असलेला आपला राजकीय संबंध कधीच तुटला होता. पारतंत्र्याच्या काळातली ओशाळवाणी लाचारी आता आपल्या मनात राहिलेली नव्हती आणि ब्रिटिश राजकर्त्यांपुढे राजनिष्ठेचे प्रदर्शन करून त्यांचा उदोउदो करण्याचेही आपल्याला काही कारण नव्हते. तरीही डायनाचे मात्र आपण फार प्रेमाने स्वागत केले. कारण आपल्या लेखी ती प्रिन्स चार्लस्‌ची नियोजित वधू नव्हती. ब्रिटिश साम्राज्याची भावी राणी नव्हती. जिच्या पायाशी अमाप वैभव चालून आले आहे, अशी विश्वविख्यात ऐश्वर्यवतीही नव्हती. ती होती एक परी. सुंदर आणि राजस परी. आपल्या नीरस जगाला अद्‌भुतरम्यतेचा सोनेरी स्पर्श घडवणारी, वास्तवाला रोमांचकारकतेचे परिमाण देणारी, एक अशक्य स्वप्न प्रत्यक्षात उतरवणारी परी.

डायना आणि चार्लस्‌चा विवाह झाला त्या वेळी, मला वाटते, ब्रिटिश पंतप्रधानांनी किंवा अशाच कुणा अधिकारी व्यक्तीनेही याच आशयाचे उद्‌गार काढले होते. एक परीकथा साकार होताना आपण प्रत्यक्ष बघत आहोत, याबद्दल त्यांनी धन्यता प्रकट केली होती. जगातील अशांतता, कुरूपता, असह्यता सारखी वाढत चाललेली होती. आंतरराष्ट्रीय वैमनस्ये, देशादेशांतले वाढते ताणतणाव; दारिद्र्य, अज्ञान, रोगराई इत्यादी संकटांनी हैराण झालेली सामान्य जनता, ही वस्तुस्थिती थोड्याबहुत फरकाने सर्वत्र दिसत असताना त्याच वेळी एक सुंदर परीकथा डोळ्यांसमोर घडत असावी याचा आनंद सर्वसामान्य माणसापर्यंत सगळ्यांना झाल्यास त्यात काही नवल नव्हते. चार्लस्‌ आणि डायना यांचे असे सार्वत्रिक कौतुक चालले असताना त्याला नाके मुरडणारे उच्चभ्रू विचारवंतही काही कमी नव्हते. आजच्या लोकशाहीच्या काळात राजेरजवाडे, राजमुकुट, ऐश्वर्यसंपन्न मेजवान्या आणि याच तऱ्हेचे ऐषारामी, सरंजामशाही, विलासी वातावरण हे जवळजवळ कालबाह्य झाले असताना, सिंहासने कोलमडून पडत असताना आणि राजेराण्यांची किंमत चिंध्यांच्या बाहुल्यांपेक्षा अधिक उरली नसताना एका शाही विवाहाचे आणि त्यासाठी होणाऱ्या द्रव्याच्या अमाप उधळपट्टीचे लोकांना इतके अप्रूप वाटावे या गोष्टीचा मनापासून तिरस्कार करणारा असा हा वर्ग होता आणि त्यांच्या आक्षेपात तथ्यही होते. तथापि, आपल्या रुक्ष आणि रसहीन जीवनात परीकथेचे स्वप्न बघणारा

सर्वसामान्य माणूस मात्र या साऱ्या विरोधांना गुंडाळून ठेवून चार्लस् आणि डायना यांच्या विवाहसोहळ्याचा आनंद मनसोक्त लुटत होता. त्यांच्या सुखात मनाने सहभागी होत होता.

हे सारे स्वाभाविक होते. समजण्यासारखेही होते; पण या वेळी एका महत्त्वाच्या गोष्टीचा माणसांना विसर पडला होता. तो हा की, परीकथांतल्या पऱ्या जेव्हा पृथ्वीवर उतरतात, वास्तव भूमीवर आपले पाऊल टेकतात, त्यावेळी एक फार मोठा बदल त्यांच्यात घडून येतो. त्यांचे पंख गळून पडतात आणि पंख गळालेल्या परीइतकी करुण, हृदयद्रावक गोष्ट दुसरी कोणतीही नसेल. पऱ्यांनी फक्त अद्‌भुतरम्य परीकथांतच वावरावे. तिथेच त्यांचे जीवन सुखमय होते. बहुतेक पऱ्यांना त्यांचा सुंदर राजकुमार- prince-charming - भेटतो आणि त्यांच्या कथा 'They married and lived happily ever after' या आनंददायक सुरावर संपतात. त्यांच्या कहाण्या सुखान्त होतात. पण पऱ्यांना पार्थिव जीवनाचा, तिथल्या रीतिरिवाजांचा, नीतिनियमांचा स्पर्श झाला की, त्यांच्या शोकांतिका- ट्रॅजेडीज - होतात. नव्हे, त्या तशा व्हाव्यात हीच नियतीची योजना असते. शेक्सपीयरसारखा महान प्रतिभावंत आपल्या परीसदृश नायिकांच्या जीवनाचे शोकान्त पर्यवसान करतो, तो उगाच नव्हे. ती कलेची, जीवनाची आणि नियतीचीही मागणी असते. या नायिकांचे भावी जीवन सुखमय झाले तर त्यातले सारे काव्य, सारे सौंदर्यच नाहीसे होऊन जाईल. रोमियो-जूलिएटचे प्रेम सफल होऊन ती सुखात नांदू लागली, त्यांना पोरेबाळे झाली, व्यावहारिक यशाचा आणि प्रतिष्ठेचा लाभ झाला हा त्यांच्या कथेचा शेवट आपण कल्पनेतही सहन करणार नाही. निष्पाप डेस्डेमोनाला तिचा प्रिय पतीच गळा दाबून मारतो. वेड लागलेल्या ऑफेलियाला पाण्यात बुडून मरण येते, रोमियो-जूलिएटच्या रमणीय प्रेमकथेचा शोकपूर्ण शेवट होतो. यातच त्यांच्या जीवनाचे सार्थक आहे. प्रत्येक परीकथेला हा शाप मिळालेला आहे. शेक्सपीयरच्या नाट्यसृष्टीतून बाहेर पडून आपण जरा अवतीभोवती नजर टाकली, तर पंख गळून प्रत्यक्ष जगात आलेल्या, वाट चुकलेल्या अशा किती तरी पऱ्या आपल्याला आढळतील. सौंदर्यसम्राज्ञी क्लिओपात्रा- दंतकथेवर विश्वास ठेवायचा तर - स्वतःला सर्पदंश करवून घेऊन मरणाला सामोरी जाते. चित्रपट रसिकांच्या हृदयसिंहासनावर अधिष्ठित झालेली, निरागस लावण्याचे केवळ चित्र अशी मेरिलिन मनरो एकाकीपणाच्या भयाने झोपेच्या गोळ्या खाऊन आत्महत्या करते आणि अनेकांच्या प्रेमाचा, असूयेचा आणि कौतुकाचाही विषय झालेली डायना शेवटी आपल्या प्रियकरासह पॅरीसच्या एका बोगद्यातून चालली असताना, तिचा सतत पिच्छा पुरवणाऱ्या वृत्तपत्रकारांच्या, फोटो घेणाऱ्यांच्या तावडीतून स्वतःला बचावण्यासाठी धडपड करते आणि शेवटी अत्यंत भीषण अशा मोटार अपघातात सापडून प्राणाला मुकते.

चार्लस् आणि डायना यांचा विवाहदिवस हाच त्यांच्या जीवनातला सुखाचा सर्वोच्च क्षण होता. ती खरोखर मूर्त झालेली सुंदर परीकथा होती; पण नंतर तिला वास्तवाचे ग्रहण लागले. भय, संशय, अविश्वास, प्रतारणा, अवैध लैंगिक सुखांचा केलेला अविरत पाठलाग, अशा अनेक कुरूप, बीभत्स आणि ओंगळवाण्या गोष्टींनी या परीकथेवर आक्रमण केले, करू नयेत अशा अनेक कृत्यांचा डायना बेदरकारपणाने बेफाम पाठलाग करत राहिली. तिच्या कोणत्याही वर्तनाचे समर्थन करण्याचे कारण नाही. तसे समर्थन करताही येणार नाही, तरीही आज, तिच्या कारुण्यपूर्ण मृत्यूनंतर या सर्व गोष्टींचा निदान अर्थ तरी लावता येतो. राजघराण्यात प्रविष्ट झाल्यानंतर तिथल्या विविध रीतिरिवाजांनी डायनाला बांधून टाकले. तिची बौद्धिक आणि मानसिक कुवत तिच्याकडून केल्या जाणाऱ्या अपेक्षांना पुरी पडू शकली नाही. चार्लस्ने प्रारंभी तिला अतोनात सुख दिले; पण नंतर उभयतांच्या अभिरुचीतला फरक इतका तीव्र होत गेला की, ती दोघे मनानेच एकमेकांना दुरावली. मग परस्परांवर केले जाणारे आरोप प्रत्यारोप, दोघांनी आपले मन सुखावण्यासाठी विवाहबाह्य संबंधात शोधलेला विरंगुळा, या विचित्र ओढाताणीत दोघांची झालेली फरपट आणि मुख्य म्हणजे प्रसिद्धीच्या झोतात पूर्ण उघडे पडलेले उभयतांचे, विशेषत: डायनाचे खाजगी आयुष्य यामुळे हा विवाह शेवटी उद्ध्वस्त झाला. त्यातही नियतीचे एक विपरीत चेष्टित असे की, ज्या प्रसिद्धीच्या माध्यमांचा डायनाने आधी जाणीवपूर्वक पाठपुरावा केला होता, त्यांनीच तिचा शेवटी अत्यंत निर्दय, निर्घृण असा बळी घेतला.

आपल्या आयुष्याच्या अखेरच्या पर्वात डायना स्थिर, आश्वासक अशा प्रेमाच्या नात्याचा शोध घेत होती. कुणीतरी आपल्याला संपूर्ण आणि सुंदर साहचर्य देईल, अशा आशेने ती नवा स्नेहसंबंध जोडू बघत होती; पण ते शक्य झाले नाही. चिरंतन प्रेमामागे धावत सुटलेली डायना त्या शोधातच एके दिवशी संपून गेली!

आजच्या गुंतागुंतीच्या, व्यावहारिक, धूर्त आणि मतलबी जगात डायना ही वाट चुकून आलेली एक परी होती हेच खरे. पऱ्या या परीकथेतच सुंदर दिसतात. तिथेच त्यांना सुख लाभते. परीकथेतून उतरून त्या वास्तवात आल्या की त्यांचे परीपण हरवते आणि त्यांची दारुण शोकांतिका होते. तेच दुर्दैव डायनाच्या वाट्याला आले. तिचे बेफाम स्वच्छंदी वर्तन, तिचे विवाहबाह्य संबंध, तिच्या हातून घडलेले अनेक प्रमाद- कालांतराने जग हे सारे विसरून जाईल आणि विसाव्या शतकातली एक अत्यंत सुंदर पण दुर्दैवी परी हीच तिची प्रतिमा भविष्यकाळात कायम राहील!

◆

बातमीचा बळी

इंग्लंडची युवराज्ञी प्रिन्सेस डायना आपल्या मित्रासमवेत मोटारीतून जात असताना वृत्तपत्राच्या आधाशी बातमीदारांनी फोटोसाठी केलेला तिचा क्रूर पाठलाग आणि त्यामुळे झालेल्या मोटार अपघातात डायनाचा झालेला करुण भीषण अंत ही दुर्दैवी घटना आता जगाच्या कानाकोपऱ्यात जाऊन पोहोचली आहे. अपघाताबद्दलच्या विविध प्रतिक्रियाही व्यक्त करून झाल्या आहेत. हा सारा वृत्तान्त वाचत असताना मला एक फार जुन्या चित्रपटाचे अकस्मात स्मरण झाले आणि त्याचे कथानक वाचकांना सांगावे असे मला उत्कटपणे वाटले.

त्या काळात मी पाश्चात्त्य चित्रपटकथांचे मराठीत अनुवाद करत असे. अशीच एक कथा मी अनुवादित केली होती. केवळ बातमी, खमंग आणि चुरचुरीत बातमी, तिचे विविध फोटो वृत्तपत्रांना पुरवण्यासाठी वृत्तपत्रांचे बातमीदार कोणत्या टोकाला जाऊ शकतात, याची अंगावर काटा उभा करणारी कथा त्या चित्रपटात रंगवली होती. चित्रपटाचे मूळ इंग्रजी नाव 'एस इन द होल' असे होते. तिच्या केलेल्या मराठी अनुवादाला मी 'बातमीचा बळी' असे शीर्षक दिले होते.

कथेचा नायक होता चक टॅटम नावाचा वृत्तपत्रात काम करणारा एक बातमीदार. न्यू मेक्सिको परगण्यातील आलबुकर्क या गावातल्या वर्तमानपत्रात नोकरी मागण्यासाठी तो संपादकांकडे आला होता. चक टॅटम उंचापुरा, धिप्पाड, देखणा होता. त्याच्या ठायी प्रचंड आत्मविश्वास होता. सत्यासत्याची फारशी परवा तो बाळगत नसे.

बातमीचा बळी । १०७

वर्तमानपत्रांना सनसनाटी, खळबळजनक बातम्या पुरवायच्या, हेच त्याचे काम होते. अनेक वृत्तपत्रात टल्ले खाऊन आलेला चक आता या वृत्तपत्रात नोकरी मागत होता. संपादकांना तो म्हणाला, 'थोड्याच दिवसांत अशी खळबळजनक बातमी आणतो मी की, झाडून सारी पत्रं पायांवर लोळण घेतील माझ्या; पण मला संधी हवी. मला पेपर हवा. मला तुम्ही नोकरी द्या. मी तुमच्या पेपरचा खप कसा वाढवतो ते एकदा बघा तरी!'

तसा चक स्पष्टवक्ता होता. नोकरी मागतानाच त्याने आपल्याला बायका, दारू यांचा नाद आहे, हे संपादकांपासून लपवले नव्हते. संपादकांनी त्याबद्दल आक्षेप न घेता चकला नोकरी दिली. चक बुद्धिमान होता. धाडसी होता. संपादकांच्या खोलीत 'सत्य सदा बोलावे' अशा आशयाची एक पाटी होती. चकचा असल्या खुळचट तत्त्वज्ञानावर विश्वास नव्हता. खळबळजनक बातमी मिळवण्यासाठी सत्य, नीती अशा गोष्टींचा अवलंब करण्यात अर्थ नाही, असे त्याचे मत होते. बातम्या मिळवण्याचे त्याचे मार्ग फार वेगळे आणि खास त्याचे होते.

लवकरच अशी एक बातमी त्याच्याकडे चालून आली. एका विस्तीर्ण वाळवंटात एक छोटी वसाहत होती. तिथे सापांचा फार उपद्रव होता. त्या सापांची माहिती आणि शक्य तर त्यांची छायाचित्रे मिळवून आणण्याच्या कामी संपादकांनी चकची नेमणूक केली. चक आपली गाडी घेऊन त्या वसाहतीत गेला आणि तिथे त्याला आपल्या खळबळजनक बातमीचा प्रथम वास आला. वसाहतीच्या शेजारी रेड इंडियन लोकांनी खोदलेल्या काही गुहा होत्या. त्या बघायला लोक येत. तिथले फोटो काढीत. त्या फोटोसाठी आवश्यक ती फिल्म व इतर वस्तू पुरवण्याचे एक छोटेसे दुकान वसाहतीत होते. लिओ मिनोसा दुकानाचा मालक होता. तो नेहमी त्या गुहांत जाई आणि तिथली जुनी भांडीकुंडी, माळा व इतर वस्तू गोळा करून आणीत असे. आता तो एका गुहेत अडकून पडला होता. रेड इंडियनांच्या त्या पवित्र गुहेत जो कोणी प्रवेश करतो, त्याला त्या आत्म्यांचा शाप बाधतो, असा वसाहतीतल्या लोकांचा विश्वास होता आणि म्हणूनच गुहेत कोणी जाऊ नये, तिथल्या वस्तूंची अभिलाषा बाळगू नये, अशी त्यांची भावना होती. हा दंडक मोडून लिओ गुहेत शिरला होता आणि म्हणूनच तो तिथे अडकून पडला होता, असे साऱ्यांचे प्रामाणिक मत होते.

चकला ही सर्व माहिती मिळाली आणि त्या आधाराने त्याने मोठाच व्यूह रचला. दुकानात लिओची तरुण, सुंदर बायको होती. तिच्यावर चकने प्रथम आपले मोहजाल टाकले. लिओच्या म्हाताऱ्या आई-बापांना त्याने धीर दिला. आपण लिओची सुखरूप सुटका करण्यासाठी हवे ते प्रयत्न करू, असेही त्याने त्यांना आश्वासन दिले. गुहेत अडकलेल्या लिओला तो स्वत: जाऊन भेटला. त्याला त्याने

दिलासा दिला. लिओवर उपचार करणाऱ्या डॉक्टरांचीही त्याने भेट घेतली. एकंदरीने, लिओचे आपण फार हितचिंतक मित्र आहोत आणि त्याच्यावर ओढवलेल्या संकटातून त्याची सुटका करण्यासाठी आपण प्रयत्नांची पराकाष्ठा करू, असा सर्व देखावा त्याने मोठ्या चातुर्याने उभा केला; पण प्रत्यक्षात चकने फार धूर्त आराखडा रचला होता. लिओच्या सुटकेबद्दल त्याला मुळीच उत्सुकता वाटत नव्हती. उलट लिओ जितका अधिक वेळ गुहेत अडकून राहील, तितकी त्याच्या संबंधीची माहिती जास्त जास्त उत्कंठावर्धक, खळबळजनक होत जाईल, असा त्याने अंदाज बांधला होता व तो बरोबर होता. दरम्यान, लिओबद्दलची 'लेटेस्ट न्यूज' आपल्या वर्तमानपत्राकडे पोहोचवण्याचे काम चकने व्यवस्थित चालू ठेवले होते. या प्रसिद्धीला इष्ट तो परिणामही हळूहळू दिसू लागला. गुहेत अडकलेल्या लिओला बघण्यासाठी पर्यटकांची दाटी होऊ लागली. माणसे रोजच्या रोज संख्येने वाढत चालली. एका प्राणघातक संकटाला जत्रेचे, मनोरंजक कार्यक्रमाचे स्वरूप आले. माणसांच्या गर्दीबरोबर चहा-कॉफीचे स्टॉल्स, खाद्यपदार्थांची दुकाने, इतर गमतीच्या वस्तू यांचीही संख्या वाढत चालली. एकूण साराच प्रकार एखाद्या उत्सवासारखा शानदार होत होता आणि त्या साऱ्या घटनांमागची सूत्रे फिरवणारा हात होता चकचा! गावच्या शेरीफला देखील त्याने कटात सामील करून घेतले होते.

पण हा प्रकार किती लांबवता येणार? लिओ दिवसेंदिवस मृत्यूच्या विळख्यात बंदिस्त होत होता. गुहेच्या जमिनीतली ओल, वरून ठिबकणारे पाणी यांमुळे त्याला न्यूमोनिया झाला. तसे त्याला फराळाचे पदार्थ, चहा-कॉफी, सिगरेटी, ब्लँकेटे सर्व पुरवले जात होते; पण लिओच्या आजाराचे पाऊल पुढेच पडत होते. गुहा वरून खोदून लिओला बाहेर काढण्याचे प्रयत्न सुरू झाले होते. पण त्या कामीही चकने अनेक खरे-खोटे अडथळे उभे केले होते. कालांतराने गुहा खोदणारे इंजिनियरही हताश झाले. यापुढे खोदकाम चालू ठेवले तर सारी गुहाच कोसळून पडेल आणि लिओ त्या ढिगाऱ्याखाली जिवंत गाडला जाईल, असा निर्णय त्यांनी दिला. लिओवर उपचार करणाऱ्या डॉक्टरांनीही आता त्याच्या जिवाची आशा सोडून दिली होती.

इकडे गोष्टी अशा निकराला आल्या असताना चक व लॉरेनी-लिओची पत्नी-यांच्या परस्परसंबंधातही तणाव निर्माण झाले होते. चकने आपल्यावर कधीही प्रेम केले नाही, उलट आपला कार्यभाग साधावा म्हणून त्याने चतुराईने आपला फक्त वापर केला. आपल्या बातम्यांचा चटकदारपणा वाढावा म्हणून त्याने शोकमग्न पत्नीची भूमिका आपल्याला वठवायला लावली, या साऱ्या घटनांतून चकचे ढोंगी, स्वार्थी स्वरूप तिला पुरते उमगले होते. लिओला तर आपले भवितव्य आता कळून चुकते होते, तरी त्या अवस्थेतही लॉरेनीवरचे त्याचे प्रेम अढळ होते. दुसऱ्या

दिवशी त्यांच्या लग्नाचा वाढदिवस होता. शेवटची भेट म्हणून कपाटात विकत घेऊन ठेवलेली 'फर' लॉरेनीला देण्याची त्याने चकला विनंती केली. चक अजूनही त्याला आपला मित्रच वाटत होता. गावाचा तर तो 'हीरो' बनला होता आणि वर्तमानपत्राला सनसनाटी बातम्या पुरवण्याचा त्याला अजूनही उत्साह वाटत होता; पण लिओ आता मरणार हे जेव्हा नक्की झाले तेव्हा मात्र चकची सदसद्विवेकबुद्धी जागृत झाली. केवळ बातमीच्या मोहाने आपण एका निरपराध माणसाला मृत्यूच्या मुखात लोटले, याचा त्याला फार पस्तावा वाटला. लिओची ती शेवटची भेट तरी लॉरेनीने स्वीकारावी, असा तो तिला आग्रह करू लागला. ती लिओबद्दल तुच्छतेने बोलू लागली तेव्हा ते ऐकणे चकला असह्य झाले. त्याने चिडीच्या भरात त्या फरचा लॉरेनीच्या गळ्याभोवती घट्ट विळखा घातला. श्वास कोंडू लागला तेव्हा लॉरेनीने जवळची कात्री घेऊन ती चकच्या बरगडीत खुपसली. रक्ताचा लोट उसळला. तिकडे लिओ मिनोसाकडे धर्मगुरू येऊन त्यांनी अखेरचे पवित्र मंत्र त्याला ऐकवले. लिओ शांतपणे मृत्यूच्या आधीन झाला. पण त्यापूर्वी चक त्याला जाऊन भेटला आणि लॉरेनीने फरची भेट अगदी प्रेमाने स्वीकारल्याची बातमी त्याने लिओला ऐकवली. ती अर्थातच खोटी होती; पण मरतेवेळी तिने लिओला आनंद दिला होता.

चकची जखम जिव्हारी भिडली होती. तिचे दु:ख तर त्याला असह्य झाले होतेच. पण जन्मभर केवळ पैशासाठी आपण साध्या माणुसकीवरही पाणी सोडले, हा विचार त्याला अधिक दु:खदायक झाला होता. आयुष्यात प्रथमच त्याला स्वत:चा तिटकारा आला. स्वत:बद्दल विलक्षण घृणा वाटू लागली. चकचा मृतदेह डोळ्यांनी बघून तो गुहेबाहेर आला आणि ती शोकवार्ता त्याने स्वत: साऱ्यांना सांगितली. लोक चकित झाले. गोंधळले. आपापसांत कुजबुजू लागले. हळूहळू चहा-कॉफीचे स्टॉल बंद झाले. फराळाची दुकाने बंद झाली. गर्दीच्या करमणुकीसाठी खेळाचे तंबू उभारून बसलेल्या दुकानदारांनीही आपले तंबू उठवले. लिओचा असा शेवट त्यांना अपेक्षित नव्हता. आपली घोर फसवणूक झाल्यासारखे त्यांना वाटत होते. लवकरच लोक पांगले, गर्दी ओसरली.

आणि चक? त्याने आपल्या वृत्तपत्राच्या संपादकाला फोन करून कळवले, 'लिओ मिनोसा मेला - नव्हे, मीच त्याचा खून केला. त्याला गुहेत पुरून ठार मारलं!' नंतर गाडीत बसून तो कसाबसा आलबुकर्क गावी आपल्या वृत्तपत्राच्या ऑफिसात जाऊन पोहोचला. शरीरातली उरलीसुरली शक्ती एकवटून तो संपादकांना म्हणाला, 'मी-मी आता तुमच्या पेपरात फुकट काम करीन! फुकट काम करीन.' चक टॅटमचे ते अखेरचे शब्द होते!

◆

गडद गहिरे

काही रहस्ये ही कायमची रहस्येच राहून जातात. वाढते वय आणि वाढती समजशक्ती यांबरोबर खरे म्हणजे ती आपल्याला उलगडायला हवीत. पण सहसा तसे होत नाही. बरीच रहस्ये तशीच राहतात. त्यांचा रंग अधिक गडद गहिरा होतो. त्यांची गूढता अधिक वाढते.

मला रहस्यकथा वाचायचा नाद आहे. रहस्यकथा वाचणे म्हणजे वेळेचा अपव्यय, रहस्यकथा वाचणे म्हणजे एक प्रकारचा पलायनवाद, अशा प्रकारचे अनेक आक्षेप रहस्यकथेवर घेतले जातात. ते सारे मला माहीत आहेत, आणि तरीही मी अगदी मोकळ्या मनाने रहस्यकथा वाचते. ॲगाथा ख्रिस्टी ही माझी फार आवडती रहस्यकथा लेखिका आहे. ज्या पद्धतीने ती आपल्या कादंबऱ्यांतून एखादे रहस्य आपल्यासमोर उभे करते, आपल्याला त्यात गुंतवत जाते आणि ज्या धक्कादायक रीतीने ती शेवटी त्याचा उलगडा करते, तो साराच प्रकार केवळ चक्रावून टाकणारा असतो. काही कादंबऱ्यांमधून तर ती अगदी अखेरच्या क्षणापर्यंत आपल्याला कसला थांग लागू देत नाही. शेवटी रहस्याचा उलगडा झाला म्हणजे आपण थक्क होऊन म्हणतो, 'अरे, असं होतं का हे सारं? या माणसानं केला होता का खून?' आणि मनावर इतका वेळ पडलेला उत्कंठेचा ताण नाहीसा होऊन आपल्याला हलके हलके वाटते. तो उत्कृष्ट रीतीने रचत, घडवत गेलेल्या एका रहस्यमय कथेच्या वाचनाने होणारा वाङ्मयीन आनंद तर असतोच; पण त्याहीपेक्षा ती कुतूहलाचे शमन

झाल्यामुळे होणारी, मनुष्यस्वभावाला अगदी सहज, अशी तृप्तीही असते. तथापि, रहस्यकथा वाचल्यानंतर आपल्या ज्या कुतूहलाचा निचरा होतो, ते कृत्रिमपणे निर्माण केलेले कुतूहल असते. ॲगाथा ख्रिस्टी ही मोठ्या ताकदीची लेखिका आहे, यात शंका नाही. मनुष्यस्वभावाचे तिचे ज्ञान फार सूक्ष्म आहे आणि तिच्या कादंबऱ्या वाचताना विशिष्ट अर्थाने काही जीवनदर्शनही होत असते. तरीही अखेर ती लेखिकेने आपल्या कल्पनेने निर्माण केलेली सृष्टी आहे. तिच्यामधली पात्रे मनुष्यस्वभावांचे अनेक नमुने आपल्यासमोर उभी करत असली तरी ती लेखिकेच्या इच्छेनुसार वागणारी पात्रे आहेत, हे आपण विसरू शकत नाही. रहस्यकथा लिहिताना 'यातल्या रहस्याचा शेवटी मी उलगडा करीन' असे लेखिकेने जणू आपल्याला आधीच आश्वासन दिलेले असते. त्यामुळे कथेच्या शेवटी होणारा रहस्यस्फोट हा अपेक्षितच असतो. तो स्फोट लेखिकेने केला नाही तर ती वाचकांची घोर फसवणूक होईल, इतकेच नव्हे तर लेखक आणि वाचक यांच्यामध्ये पूर्वीपासून ठरलेल्या एका वाङ्मयीन संकेताचा भंग करून लेखिकेने त्यांचा विश्वासघातच केला आहे, असाही आरोप आपल्याला तिच्यावर करता येईल. पण हे झाले रहस्यकथेमध्ये लेखिकेने किंवा लेखकाने निर्माण केलेल्या रहस्याविषयी. प्रत्यक्ष जीवनात जी रहस्ये आपल्याला भेटतात, ती कथा-कादंबऱ्यांतल्या रहस्यांपेक्षा फार वेगळी असतात. ती खून, दरोडा, विश्वासघात अशी आणि इतकी भयंकर नसतात. ती अगदी साधीसुधी, रोजच्या जगण्यामध्ये सहजगत्या सामोरी येणारी अशी असतात; पण तरीदेखील - किंबहुना त्यामुळेच - ती आपल्या कुतूहलाला सतत छेडत, डिवचत राहतात आणि रहस्यकथेत होतो तसा त्या रहस्यांचा उलगडाही कधी होत नाही. कारण जीवन आणि आपण यांच्यामध्ये तसा संकेत, करार ठरलेला नसतो.

मी शाळेत शिकत होते त्या दिवसांतील ही घटना आहे. तेव्हा आमच्या वर्गात एक मुलगी होती. आज शाळा-कॉलेजातल्या मुलींना मिळतो तेवढा मोकळेपणा त्या काळात आम्हांला मिळत नसला तरी आम्ही अगदी बंदिवासातले जीवन जगत होतो, असेही नव्हते. आम्ही मुली एकमेकींच्या घरी जात असू. इतकेच नव्हे तर एखादीच्या घरी जायचे ठरवून तिथे अभ्यासही करत असू. मैत्रिणींच्या घरातल्या इतर माणसांची देखील मग ओळख होई. त्यांच्या आया आम्हांला कौतुकाने खाऊ-पिऊ घालत. आमच्या अभ्यासाची, घरच्या मंडळींची विचारपूस करत. एक प्रसन्न मोकळेपण सर्वत्र आढळून येई आणि त्याचा मनाला लोभ वाटे. वर मी ज्या मुलीचा उल्लेख केला आहे, तीही आमच्याबरोबर असे. ती अनेकजणींच्या घरी खेळायला, खायला-प्यायला, अभ्यासाला येई. आमची साऱ्यांचीच ती आवडती मैत्रीण होती; पण कसे कोण जाणे, तिच्या घरी मात्र तिने एकदाही आम्हांला बोलावले नव्हते. इतकेच नव्हे तर तिचे आईवडील, तिची भावंडे, तिची एकंदर कौटुंबिक पार्श्वभूमी

काही म्हटल्या काहीसुद्धा आम्हांला ठाऊक नव्हते. एके दिवशी अगदी अचानक आमच्यापैकी एकजणीच्या हे ध्यानात आले. तिने ते आमच्या निदर्शनास आणून दिले. हे आपल्याला या पूर्वी कधीच कळले नाही, याचे आम्हाला अगदी पराकाष्ठेचे आश्चर्य वाटले आणि मग मनाला तोच एक चाळा लागला. तिच्या त्या न पाहिलेल्या घराविषयी, त्या घरातल्या तिच्या माणसांविषयी विलक्षण कुतूहल मनात निर्माण झाले. ती आम्हा सगळ्याजणींच्या घरी अधूनमधून येऊन गेली होती. मग तिने आम्हांला आपल्या घरी एकदा तरी का बोलावू नये?आम्ही फार म्हणजे फार बुचकळ्यात पडलो. तिचा आम्हांला थोडा रागही आला. एक मात्र सांगायला हवे, या रागामागे केवळ अपमानाची जाणीव होती. तिने कोणाकडे किती वेळा काय खाल्ले प्याले असला क्षुद्र, कुत्सित हिशेब कुणाच्याच मनात नव्हता आणि त्या निरागस वयात तसले काही सुचणेही शक्य नव्हते. आम्हांला फक्त तिचे घर आतून बघायचे होते आणि ते मात्र अगदी बघायचेच होते.

शेवटी मला एक युक्ती सुचली. एके दिवशी, तिला आधी न कळवता सवरता, थेट तिच्या दाराशी जाऊन उभे राहायचे. मग ती घरात घेईलच की नाही ? दाराशी आलेल्या मैत्रिणींना हाकून तर नक्कीच देणार नाही. हा बेत ठरला. मग मी आमच्यापैकीच एका मैत्रिणीला बरोबर घेतले आणि एके दिवशी संध्याकाळच्या वेळी आम्ही तिच्या घरापाशी जाऊन पोहोचलो. शाळेतून परत येताना ती त्या घरात शिरत असे, तेव्हा निदान तिचे घर आम्हांला ठाऊक होते.

आम्ही घराजवळ गेलो. दार अर्धवट उघडे होते. ती आत होती. आम्हांला बघून ती लगबगीने दारात आली. चेहऱ्यावर स्वागताचे हसू आणून म्हणाली, 'काय गंमत आहे ग! आता मी तुमच्याकडेच यायला निघाले होते. चल आपण बरोबरच जाऊ या.' मागे वळून घरात कुणाला तरी 'मी जरा जाऊन येते' असे ती म्हणाली आणि दार लोटून घेत खुशाल आमच्याबरोबर चालायला लागली. तेव्हा मुली आजच्याइतकी पोशाखाची टापटीप सांभाळत नसल्या तरी बाहेर पडताना निदान केस कपडे नीटनेटके करत. हिने तेवढेही केले नव्हते. चेहरा पारोसा. केसांच्या बटा कपाळावर उतरलेल्या; पण तशा अवतारात ती आमच्याबरोबर निघाली. आम्ही भाबड्या असलो तरी तिची लगबग, चेहऱ्यावरचे स्वागताचे हसू यांतला कृत्रिमपणा आमच्या ध्यानात आल्यावाचून राहिला नाही. तिला आम्ही तिच्या घरी यायला नको होते. तिचे घर आतून बघायला नको होते. घरातल्या कुणाशी आमची ओळख व्हायला नको होती. तिच्या सगळ्या वागण्यातला हा नकार इतका ठाम होता की, मी किंवा माझ्या बरोबर असलेली दुसरी मैत्रीण कुणालाच त्या बाबतीत काही करणे शक्य नव्हते. मनातल्या मनात आम्ही अगदी हिरमुसून गेलो आणि त्या मुलीबरोबर तिच्या दारापासून तशाच मागे फिरलो. ती आमच्याबरोबर माझ्या घरी आली. आम्ही

तिघींनी काही वेळ गप्पा मारल्या आणि आमचा निरोप घेऊन ती आपल्या घरी निघून गेली. बस्स! यापेक्षा आणखी काहीच घडले नाही.

त्यानंतर मग किती तरी दिवस आम्ही मैत्रिणी आपापसांत त्या मुलीच्या चमत्कारिक वर्तनाचे कोडे उलगडण्यात मग्न झालो होतो. तिने आम्हांला आपल्या घरात का येऊ दिले नसेल, याबद्दल वेगवेगळे तर्क करत होतो. आमची एक मैत्रीण म्हणाली, 'तिची आजी वेडी असेल आणि तिला आम्ही पाहू नये, अशी या मुलीची इच्छा असेल.' दुसरी एकजण म्हणाली, 'तिचे वडील व्यसनी असतील, म्हणून ती कुणाला आपल्या घरी येऊ देत नसेल.' आम्हाला तेव्हा एकच व्यसन ऐकून माहीत होते. ते म्हणजे दारू! दारू पिणाऱ्या माणसाबद्दल एकाच वेळी कुतूहल आणि भीती वाटे. तो सतत दारू पिऊन बायका-पोरांना बडवतो इतकेच तेव्हा आमचे ज्ञान होते आणि मैत्रिणीचा बाप जर असा दारुडा असेल तर त्या घरातले केविलवाणे दृश्य इतर कुणाच्या नजरेला पडू नये, असे तिला वाटणे स्वाभाविक होते. आणखी एकीचा वेगळाच तर्क होता. ती म्हणाली, 'अग, त्या मुलीची आई सावत्र असेल आणि तिला आपल्या मुलीच्या मैत्रिणी घरात याव्यात असे वाटत नसेल. मग ती बिचारी आपल्याला घरी कशी बोलवणार?' त्या बालवयात आमची मने लोककथा, परीकथा यांवरच पोसलेली होती. आणि अशा कथेतल्या सुंदर, गुणी मुलीला बहुधा एक सावत्र आई असते आणि ती त्या मुलीच खूप छळ करते याबद्दल आमची अगदी खात्री होती. असे वेगवेगळे तर्क आम्ही लढवले. त्यावर खूप चर्चा केली. पण ती मुलगी आम्हांला आपल्या घरी कधीच का बोलावत नसेल याबद्दलचे कुतूहल मनात तसेच कायम राहिले. त्याचा उलगडा कधीही झाला नाही. तिची आमची मैत्री पूर्वीसारखीच उत्कट राहिली; पण तिच्या घरी जाण्याची इच्छा मात्र आम्हीच कधीच प्रकट केली नाही आणि तिनेही कधी आपले घर आम्हांला दाखवले नाही. तिची आजी वेडी होती का, तिचे वडील दारू पीत होते का, तिला छळ करणारी सावत्र आई होती का, सारे प्रश्न अनुत्तरितच राहिले. ते कुतूहल कधीच शमले नाही.

◆

बिऱ्हाडकरू

मी पुण्यात कायमची राहायला आले तेव्हा आमच्या खालच्या राहत्या जागेवरचा मजला म्हणून भावाने माझ्यासाठी एक स्वतंत्र फ्लॅट बांधून घेतला. तीन मोठ्या खोल्या, भरपूर हवा प्रकाश आणि समोर भलीथोरली मोकळी गच्ची. फ्लॅट खरोखरच सुंदर आहे. पण मला लेखन वाचनासाठी इतक्या एकान्ताची कधीच आवश्यकता वाटत नाही. उलट भोवती माणसांचा वावर नसला तर मला चैन पडत नाही. तेव्हा सगळा वेळ मी खालीच असते. वरच्या फ्लॅटमध्ये माझी पुस्तके, कपाटे आणि अवांतर सामान मी ठेवलेले आहे. पण दिवसातून एकदा तरी माडीवर चक्कर मारायला हवी म्हणून आंघोळीसाठी तेवढी मी वर जाते. पुस्तकांची उचकापाचक करते. पसारा पडला असेल तर तो आवरते आणि आंघोळ उरकून खाली येते. ती पुन्हा दुसऱ्या दिवशी सकाळपर्यंत माडीवर फिरकत नाही.

एकदा सकाळी नेहमीप्रमाणे आंघोळीसाठी मी माडीवर गेले. दाराचे कुलूप काढून, दार उघडून फ्लॅटच्या बाहेरच्या खोलीत मी पाऊल टाकले आणि माझे लक्ष समोरच्या पुस्तकांच्या फडताळाकडे गेले. मी खिळल्यासारखी जागच्याजागी उभी राहिले. समोरच्या भिंतीत लाकडी फळ्या बसवून, वेगवेगळ्या आकारांचे कप्पे करून माझ्या पुस्तकांसाठी एक फडताळ केलेले आहे. पुस्तके सहज दिसावीत, हवी तेव्हा काढून घेता यावीत म्हणून कप्प्यांना काचा बसवलेल्या नाहीत. त्या कप्प्यांतल्या, अगदी वरच्या, अर्धवट रिकाम्या अशा कोपऱ्यातल्या कप्प्यात दोन

बिऱ्हाडकरू । ११५

लहानसे पक्षी एकमेकांशेजारी अगदी स्तब्ध, निश्चल उभे होते. मी दार उघडून आत आल्याबरोबर चिमुकल्या डोळ्यांच्या दोन जोड्या काहीशा संशयाने, काहीशा भयाने माझ्याकडे रोखून बघू लागल्या. पण ते पक्षी आपल्या जागेवरून हलले नाहीत किंवा उघड्या खिडकीतून बाहेर उडूनही गेले नाहीत.

त्यांच्या धिटाईचे मला कौतुक वाटले. जागा सोडण्याचा त्या पक्ष्यांचा विचार नव्हता. ते एकटक माझ्याकडे बघत मात्र होते. मी लांबूनच त्यांना नीट निरखून पाहिले. चिमणीपेक्षा त्यांचा आकार थोडासा मोठा होता. रंग चमकदार काळा होता. पार्श्वभागावरची पिसे लाल रंगाची होती आणि डोळे मण्यासारखे गोल, लुकलुकते होते. कप्प्यांतून थोडासा कचरा, काड्याकुड्या खाली पडल्या होत्या. त्या दांपत्याने घरटे बांधण्यासाठी फडताळातल्या वरच्या मोकळ्या कप्प्याची निवड केली होती. पक्ष्यांवरची माझी दृष्टी न हलवता मी हळूहळू खोलीत शिरले. ते चिमुकले डोळे अजूनही माझ्याकडे बघत होते. माझ्या हालचालीचा अंदाज घेत होते. त्यांमध्ये भीती तर होतीच पण त्याबरोबर एक आर्जवाची, काकुळतीची भावनाही होती. कदाचित ती माझी नुसती कल्पनाही असेल. पण मला वाटते, ते पक्षी मला म्हणत आहेत, 'आम्ही इथं घरटं केलंय. आमचा मुक्काम आता इथंच असणार आहे. आम्हांला हाकलून देऊ नका. आम्ही तुम्हाला काही त्रास देणार नाही!' त्यांची ती विनवणी मला कळल्याप्रमाणे मी नजरेनेच त्यांना आश्वासन दिले. त्यांच्याबद्दल जास्त कुतूहल दाखवले नाही. नित्यक्रमाप्रमाणे बाथरूममध्ये जाऊन आंघोळ करून मी दार लावून खाली आले. पक्ष्यांना अवघड वाटू नये म्हणून मी त्यांच्याकडे पुन्हा पाहिलेही नाही.

दुसऱ्या दिवशी दिवशी सकाळी मी माडीवर गेले तेव्हा कप्प्यात एकच पक्षी होता. दुसरा कामासाठी, खाद्य मिळवण्यासाठी बाहेर गेला असावा. कप्प्यातला पक्षी, शोभेसाठी मातीचा पक्षी ठेवावा तसा, अगदी शांत बसून राहिला होता. मी तर्क केला. घरट्यात बहुधा अंडी ठेवलेली असावीत आणि हा पक्षी म्हणजे मादी असून ती अंडी उबवत असावी. कदाचित अंडी उबवण्याचे काम दोन्ही पाखरे मिळून आळीपाळीने करत असावीत. एकाने अंड्यांचे रक्षण करावे आणि दुसऱ्याने तेवढ्यात बाहेर फेरफटका मारून यावे, अशी कामाची विभागणी त्यांनी आपापसात केली असावी. येवढे मात्र खरे की त्या पक्ष्यांना आता माझे भय वाटत नव्हते. माझ्याबद्दल त्यांच्या मनात विश्वास निर्माण झाला असावा.

खोल्यांचा केर काढणे, कपडे धुणे या कामासाठी माझ्याकडे सुनंदा येते. त्या दिवशी मी माडीवर असतानाच ती आली. मला बघताच अतिशय काकुळतीला येऊन मी मला म्हणाली,

'बाई, पाखरांनी पुस्तकांत घरटं केलंय ते बघा.'

'माहीत आहे मला!' मी म्हणाले.

"बाई ते घरटं मोडू नका बरं का. त्यात त्यांची अंडी असतील. पाखरांचं घरटं मोडलं तर पाप लागतं!'

तिच्या बोलण्याचे मला हसू आले. थोडा रागही आला. मी समजूत घालण्याच्या स्वरात तिला म्हणाले, 'अग पण मी कुठं घरटं मोडायला निघाले आहे? गरीब बिचारी पाखरं आपल्या घरात आसऱ्यासाठी आली आहेत. अंडी उबवताहेत. गरजू आहेत ती. मी त्यांना काही सुद्धा करणार नाही. राहू देत त्यांना सुखात.'

सुनंदाचे समाधान झालेले दिसले. मग तिला आणि मला तोच एक चाळा लागून राहिला. रोज पाखरांकडे पाहिल्याखेरीज, त्यांची खबरबात घेतल्याखेरीज आम्हांला चैन पडत नसे. पाखरेही आता चांगलीच धीट झाली होती. कधी कधी तर घरट्यात अंडी ठेवून एकाच वेळी ती दोघेही बाहेर जाऊन पंख मोकळे करून पुन्हा परत येत. पण बऱ्याच वेळा घरट्यात एक पक्षी असे. क्वचित दोघेही बसलेले दिसत. मधून मधून चिवचिव करत आपापसांत बोलत. प्रापंचिक जबाबदारीने अवघडलेले एखादे जोडपे असावे तशी ती मला वाटत. त्यांच्याशी आमची आता चांगली ओळख झाली होती आणि त्यांच्याबद्दल माझ्या मनात आपुलकीचा भावही निर्माण झाला होता.

एके दिवशी सकाळी मी नेहमीप्रमाणे आंघोळीसाठी माडीवर गेले तर दोहोंपैकी एकही पाखरू तिथे नव्हते. घरट्यातून मात्र अगदी बारीक, तीक्ष्ण, सुईदार असा चिवचिव आवाज माझ्या कानावर आला. मी ओळखले. अंडी उबवण्याची मुदत आता संपलेली आहे आणि अंड्यांची कवचे भेदून पिले बाहेर आली आहेत. त्या इवल्या इवल्या पाखफुट्या चिमुकल्यांना आमच्या भरंवशावर मागे ठेवून त्याचे आईबाप बाहेर हिंडायला गेले आहेत. त्यांनी प्रकट केलेल्या त्या विश्वासाबाबत मला कृतज्ञता वाटली. त्याबरोबर पिल्ले अंड्यांतून बाहेर आली याचा आनंदही झाला. पिल्ले बघण्याची मला उत्सुकता वाटत होती पण मोठ्या पाखरांना ते आवडणार नाही म्हणून घरट्यात डोकावून बघण्याचा मोह मी प्रयत्नाने आवरला.

येवढे मात्र खरे की आता दोन्ही पाखरे फारच थोडा वेळ घरट्यात असत. अंडी उबवण्याचे आणि पिल्ले अंड्यांतून बाहेर काढण्याचे मुख्य जे त्यांचे महत्त्वाचे काम होते ते आता संपले होते आणि बाहेरच्या मोकळ्या हवेशीर वातावरणाची, तिथल्या विस्तीर्ण आकाशाची ओढ त्यांना पुन्हा उत्कटतेने जाणवू लागली होती. पिल्लांबद्दलच्या आपल्या कर्तव्याला ते इमाने इतबारे जागत होते. चोचीतून खाद्य आणून त्यांना नियमाने भरवत होते. पण पूर्वीइतके घरटे कटाक्षाने सांभाळण्याची त्यांना आता गरज उरलेली दिसत नव्हती.

असे काही दिवस गेले आणि एकदा मी माडीवर गेले तर एक विलक्षणच दृश्य माझ्या नजरेस पडले. दोन अतिशय सुरेख, गोजिरवाणी, काळीभोर पिल्ले घरट्यांतून बाहेर पडली होती आणि पंख फडफडावत आंधळ्या गतीने इकडून तिकडे, तिकडून

इकडे उडत होती. उडण्याची शक्ती त्यांच्या लहानग्या पंखांत आली होती हे उघड होते. आणि आता त्यांना खोलीबाहेर पडायचे होते. खिडकीतून बाहेर, मोकळ्या वातावरणात जायचे होते. ती विलक्षण अधीर झाली होती. पण बाहेर कसे पडावे हे त्यांना कळत नव्हते. माडीवरच्या खिडक्यांना काचांची तावदाने लावलेली सरकदारे आहेत. पिल्लांना काचांमधून बाहेरचे निळे आभाळ, हिरवी झाडे तर दिसत होती पण मध्ये काचा असल्यामुळे त्यांना बाहेर जाता येत नव्हते. हा काय प्रकार आहे तेच बिचाऱ्यांना कळेना. ती खिडकीशी जात. काचांवर आपटत आणि हताश होऊन मागे फिरत.

त्यांची तगमग मला बघवेना. पण त्याबरोबर त्यांना हातांत धरून नीट खिडकीबाहेर सोडण्याचाही मला धीर होईना. माणसाने हात लावलेल्या पिलांना पाखरांची जमात पुन्हा आपल्यात घेत नाही, उलट चोचीने भोसकून ती त्यांना ठार मारते हे मी ऐकले होते. त्या नुसत्या कल्पनेनेच माझ्या अंगावर शहारे आले. पुन्हा आईबापांच्या गैरहजेरीत पिल्ले बाहेर सोडावीत की नाही हेही मला कळेना. शेवटी मी खिडकीच्या जवळ उभी राहिले. सरकदार हळूच उघडले आणि त्यात एक फट ठेवली. छोट्या पिल्लांनी ती फट पाहिली आणि त्यातून ती भुर्रकन बाहेर उडून गेली. त्यानंतर पिल्ले, त्यांचे आईबाप- कुणीच परत आले नाही. घरटे तसेच कप्प्यात त्यांची वाट बघत होते.

जवळजवळ आठदहा दिवस गेले तरी आमचे बिऱ्हाडकरू काही घरट्याकडे परतले नाहीत. मोठ्या पक्ष्यांनी अंडी उबवली होती. पिल्लांनी अंड्याबाहेर पडून जग पाहिले होते. आता त्यांना कुणालाच घरट्याची गरज उरली नव्हती आणि पर्यायाने माझी, सुनंदाची ओळखही ते सोयिस्करपणे विसरून गेले होते. पंधरवडाभर आम्ही पक्ष्यांची, पिल्लांची वाट बघत होतो. शेवटी त्याचा काही उपयोग नाही हे माझ्या ध्यानात आले. मी सुनंदाला म्हटले, 'घरटं काढून टाक आता. पाखरं काही परत येत नाहीत. त्यांची गरज संपली!'

सुनंदाने स्टुलावर उभे राहून घरटे खाली काढले. पिसे, काड्या, अंड्यांची कवचे यांचा ढिगारा खाली कोसळला. तो पसारा एवढा असेल याची आम्हाला कल्पना नव्हती. जवळजवळ बादलीभर कचरा निघाला. सुनंदा तो मुकाट्याने आवरत होती. तिचे डोळे भरून आले होते. माझेही मन फार विषण्ण झाले होते. पाखरे आम्हांला किती सहज विसरून गेली होती! कदाचित तोच त्यांचा नैसर्गिक स्वभाव असेल. कदाचित आईबाप आणि पिल्लेही आता एकमेकांना यापुढे ओळखणार नाहीत. मला एक जुनी ओवी आठवली-

वाटसरू मुक्कामा येती । पहाट होता निघोनी जाती
तैसे असावे संसारी । जोवरी प्राचीनाची दोरी ।।

ओवीचा अर्थ माझ्यापेक्षा पाखरांनाच जास्त कळला होता.

◆

लेखक असल्यामुळे

लेखन मला आवडते. लेखक असणे हा माझ्या कुतूहलाचा, आनंदाचा आणि समाधानाचा विषय आहे. बरे वाईट काही का होईना, लिहीत असणे ही माझ्या मनाची आंतरिक गरज आहे. अर्थात, यात कधी कधी इतर गोष्टींचाही अंतर्भाव होतो. मी पैशासाठी लिहिते. लेखन हा माझा पेशा आहे म्हणून लिहिते. व्यावसायिक मागणी म्हणूनही लिहिते. पण एकूण लिहिल्यामुळे मला जो आनंद मिळतो त्यासाठी मी मुख्यत्वे लिहिते हेच खरे!

आपल्याकडे अजूनही लेखकाला फार पैसा मिळतो असे मला वाटत नाही. चित्रपट आणि नाटके लिहिणारांना कदाचित चांगला पैसा मिळत असेल, कादंबऱ्या लिहून पैसा मिळवणारेही अनेक लेखक मला माहीत आहेत. परंत कविता, गीते, कथा, ललित लेख, अनुवाद आणि कधी कधी वृत्तपत्रीय लेखन हीच जिच्या एकूण साहित्याची व्याप्ती आहे, अशा माझ्यासारख्या लेखिकेला लेखनामुळे घसघशीत द्रव्य मिळते, असे मला वाटत नाही. तसा माझा अनुभवही नाही. लेखनाने मला जसे फार द्रव्य दिलेले नाही, तसे फार मोठे निर्मितीचे समाधानही त्यातून मला अद्याप लाभलेले नाही. माझ्या लेखनातील उणिवा आणि त्याच्या कलात्मक मर्यादा मी चांगल्या जाणते. त्यामुळे साहित्यिकपणाची नशा मला कधी चढलेली नाही. किंवा काहीजण अहोरात्र साहित्यिक असतात, तो सोनेरी मुकुट ते आपल्या मस्तकावरून उतरावयाला क्षणभरही तयार नसतात, तसेही माझ्या बाबतीत कधी घडलेले नाही. मी सर्वसामान्य माणूस आहे आणि कधी कधी थोडीशी लेखक

आहे, हीच माझी माझ्यापुरती स्वत:शी असलेली ओळख - Identity - आहे. शिवाय आणखी एक गोष्ट ध्यानात घ्यायला हवी. फार सुरुवातीपासूनच लेखन ही बाब मी व्यवसाय म्हणून पत्करलेली आहे. मी अगदी उघडउघड, सांगूनसवरून व्यावसायिक लेखक-प्रोफेशनल रायटर- आहे. केवळ कलानिर्मितीसाठी एकाग्र, व्रतस्थ आणि उग्र साधना करणारे अनेक थोर लेखक मला माहीत आहेत. त्यांच्याबद्दल माझ्या मनात आदराची भावना आहे. पण मी त्यांतली नाही, हे मला चांगले ठाऊक आहे. त्याजबरोबर आज लेखन हा इतर कोणत्याही व्यवसायासारखा एक प्रतिष्ठित व्यवसाय आहे, तोही नेकीने, प्रामाणिकपणाने आणि इतरांची फसवणूक न करता करणे शक्य आहे, हेही मला अनुभवाने माहीत झाले आहे. आणि शेवटी हेही खरेच की लेखन ही माझ्या आनंदाची गोष्ट आहे. लिहिताना मला जे समाधान लाभते तीच खरी माझ्या लेखनाची फलश्रुती आहे. हे समाधान काही श्रेष्ठ निर्मिती आपल्या हातून होत आहे या प्रकारचे नसते. तसे आपल्याला काही जमत नाही या असमाधानाचा सल मनात कुठे तरी जाणवत असतो. पण तरीही लिहिणे, पानेच्या पाने लिहिणे, डोळे, हात, मान दुखेपर्यंत लिहिणे ही माझी गरजच आहे. केवळ मानसिक नव्हे तर शारीरिकसुद्धा.

लेखनाने असा आनंद तर मिळतोच पण त्यामुळे लोकांचे प्रेमही किती मिळते ! या प्रेमाचे मला फार महत्त्व वाटते. लेखन म्हणून चार लोक आपल्याला ओळखतात. आपले काही लेखन वाचलेले असले, तर त्याचा आवर्जून उल्लेख करतात. त्यांतले काही आवडले असेल तर त्याला मन:पूर्वक दाद देतात. या साऱ्या गोष्टींची मला अपूर्वाई वाटते. कोणाही लेखकाला ती वाटत असलीच पाहिजे. आमचे लेखन 'स्वान्त:सुखाय' म्हणजे केवळ आमच्या समाधानासाठी असते. इतरांच्या पसंतीनापसंतीची आम्हाला मुळीच परवा नाही असे जे लेखक म्हणतात, ते एक तर खोटे बोलत असले पाहिजे किंवा स्वत:ची जाणूनबुजून फसवणूक करून घेत असले पाहिजेत, असे मला वाटते. लेखक कितीही थोर असला, आपल्या लेखनाबद्दल त्याला केवढाही गाढ आत्मविश्वास असला तरी वाचकांची दाद त्याला हवी असते. त्यात त्याच्या अहंकाराचा थोडा भाग असेलही, पण आपण कुणाशी तरी मानसिक संवाद साधू शकतो, कुणाशी तरी आपला सूर जुळतो याचे समाधान त्याला त्यातून मिळते यात शंका नाही.

लेखक हा आपल्या लेखनामुळे वाचकांशी जवळीच साधतो ही गोष्ट उभयपक्षी आनंददायक असते, पण यातूनच काही गमतीदार पेचप्रसंगही उद्भवतात. वाचक लेखकाबद्दल काही अपेक्षा बाळगतात. कलात्मक अपेक्षा नव्हेत तर काही वेगळ्या प्रकारच्या अपेक्षा. बहुतेक लेखकांना असल्या प्रसंगांना तोंड द्यावे लागत असेल. पण माझ्यासारख्या व्यावसायिक लेखिकेला अशा गोष्टी हरघडी अनुभवावयास

मिळतात, त्या कधी मला बुचकळ्यात टाकतात तर कधी माझ्या मनस्तापालाही कारण होतात. लोकांनी आपल्याबद्दल काही आपुलकी बाळगावी हे ठीक आहे. पण त्याबरोबरच लेखक म्हणून लोक तुम्हाला काही लिहिण्याची जेव्हा फर्माईश करतात तेव्हा त्यावेळी कसे वागावे हे खरोखरच मला कळत नाही. कधी कधी तर हसावे की रडावे अशा परिस्थितीत आपण सापडतो.

काही दिवसांपूर्वीची गोष्ट, एक पोक्त, वयस्कर गृहस्थ मला भेटायला म्हणून मुद्दाम आपल्या घरी आले. सुरुवातीचे औपचारिक बोलणे झाल्यानंतर ते मला म्हणाले,

'बाई, तुमची गीतं मी आवडीनं ऐकतो, चांगली असतात ती! आमच्या घरी सर्वांना आवडतात.'

मी विनयाने नुसतीच मान हलवली. नाही म्हटले तरी आतून बरे वाटले. पण गृहस्थांच्या पुढल्या वाक्याने मला चांगलाच धक्का बसला. ते म्हणाले,

'आज मी मुद्दाम तुम्हाला एक आग्रहाची विनंती करायला आलो आहे, तुम्ही 'गीतगीता' लिहा!'

'गीतगीता' म्हणजे काय?' मी विस्मयाने प्रश्न केला.

'अहो, गीतगीता म्हणजे भगवद्गीतेचा आशय सोप्या शब्दांत उलगडून सांगणारी गीतमालिका. जसे 'गीतरामायण', 'गीतशिवायन' तशी 'गीतगीता'. तुम्ही छान लिहू शकाल. माझी खात्री आहे.'

त्यानंतर अर्धा तास तरी ते गृहस्थ मला हा मुद्दा पटवून देण्याचा प्रयत्न करत होते. भगवद्गीतेचे तत्त्वज्ञान माझ्या आवाक्याबाहेरचे आहे, त्याचे मलाच नीट आकलन झालेले नाही, 'गीतरामायण' लिहिणाऱ्या माडगूळकरांच्या प्रतिभेचा माझ्यापाशी पूर्ण अभाव आहे. असे परोपरीने मी त्यांना सांगत होते. तरी त्यांची समजूत पटेना. शेवटी ते गेले. पण जाताना त्यांची नाराजी त्यांच्या चेहऱ्यावर अगदी स्पष्ट उमटली होती.

एकदा माझी भाची आणि मी बालगंधर्व नाट्यगृहात एका नाटकाचा प्रयोग बघण्यासाठी गेलो होतो. नाटक सुरू व्हायला थोडा अवकाश असल्यामुळे आम्ही दोघी बाहेरच्या आवारात हिंडत होतो. इतक्यात प्रौढ वयाकडे झुकलेल्या एक बाई घाईघाईने माझ्याजवळ आल्या. मला पाहून त्यांना फार आनंद झाला होता. त्या लगबगीने म्हणाल्या, 'इथे अनायासे भेटलात ते छान झाले. नाहीतर मी तुमच्या घरीच तुम्हाला भेटायला येणार होते. माझं तुमच्याकडे अगदी महत्त्वाचं काम आहे.'

काम म्हटल्यावर मी जरा धसकलेच. कसेबसे स्वतःला सावरून घेत सावधपणे मी म्हटले, 'काय बरं काम होतं?'

'अहो, माझं सारं आयुष्य तुम्हाला उलगडून सांगायचंय. फार फार भोगलंय मी.

आणि हे सारं समाजापुढे यायला हवं. तुम्ही माझ्या जीवनावर एक कादंबरी लिहा. नाहीतर झकासपैकी नाटकच लिहून टाका. काय बेफाम होईल ते बघा! हरिभाऊंनी कादंबरीतून यमूचं दु:ख समाजापुढे मांडलं. गडकऱ्यांनी नाटकातून सिंधूच्या दुर्दैवाची कहाणी अमर केली. माझ्या जीवनावर तुम्ही तशीच कादंबरी, तसलंच प्रभावी नाटक लिहू शकाल. माझी खात्री आहे!'

मी कादंबरीकार नाही. नाटककार तर नाहीच नाही. हरिभाऊ आपटे किंवा गडकरी यांच्या आसपास फिरकण्याचीही माझी पात्रता नाही. मग त्यांच्यासारखे काही लिहिणे तर दूरच राहिले. हे सारे त्या बाईंना पटवून देता देता मी अगदी रडकुंडीला आले. पण माझ्या सुदैवाने तेवढ्यात नाटकाची घंटा झाली आणि मी त्या धर्मसंकटातून सुटले. पण हरिभाऊ किंवा गडकरी यांच्या मालिकेत बसण्याची संधी अनायासे मला उपलब्ध झाली होती ती मी घालवली याचे आश्चर्य, दु:ख आणि विषाद त्या बाईच्या मुखावर जो प्रकट झाला होता तो मला दिसल्यावाचून राहिला नाही.

असा आणखी एक अनभुव, एकदा टपालाने एक जाडजूड पार्सल मला आले. मी ते सोडवून घेतले. आत व्हिक्टर ह्यूगो या जगविख्यात फ्रेंच लेखकाची 'दि हंचबॅक ऑफ नोत्रदाम' ही कादंबरी होती. मुळातल्या फ्रेंच कादंबरीचा तो सुंदर इंग्रजी अनुवाद होता. ह्यूगोची कादंबरी मी वाचलेली नाही पण साने गुरुजींनी की कुणीतरी केलेले तिचे रसाळ भाषांतर मी वाचलेले आहे. आणि या कादंबरीवर निघालेला अप्रतिम इंग्रजी चित्रपटही बऱ्याच वर्षांपूर्वी मी पाहिलेला आहे. चार्ल्स लॉटन या ख्यातनाम नटाचे त्यातले पॅरिसच्या कुबड्याचे काम मी अजूनही विसरले नाही. पण ही कादंबरी कुणी का पाठवली असेल हे मात्र कळेना. सोबतच्या पत्राने त्याचा उलगडा झाला. मुंबईच्या कुठल्याशा उपनगरात राहणाऱ्या माझ्या एका अनोळखी चाहत्याने ते पुस्तक मला धाडले होते, मी केलेले काही अनुवाद त्यांनी वाचले होते आणि 'हंचबॅक' चा सुंदर अनुवाद मी करावा असा त्यांचा आग्रह होता. त्या पुस्तकाला योग्य तो न्याय देणारा अनुवाद केवळ मीच करू शकेन असे त्यांचे म्हणणे होते. मी ताबडतोब त्या गृहस्थांना नकाराचे पत्र पाठवले. आणि अनुवाद मी करणार नाही, ती सवड मला नाही हे मी त्यांना स्पष्ट कळवून टाकले. पण त्यांची समजून पटेना. त्यांचा लाडिक हट्ट चालूच राहिला. शेवटी मी त्यांना कळविले की पुस्तक नेण्याची त्यांनी व्यवस्था करावी आणि पुन्हा या बाबतीत पत्रव्यवहार करू नये, तेव्हा कुठे त्यांची पत्रे येणे एकदाचे थांबले. कादंबरी नेण्याची तरतूद मात्र त्यांनी अजूनही केलेली नाही. ती माझ्या पुस्तकांच्या कपाटात सुखरूप आहे !

◆

www.ingramcontent.com/pod-product-compliance
Lightning Source LLC
LaVergne TN
LVHW032334220825
819400LV00041B/1364
* 9 7 8 8 1 7 7 6 6 2 5 2 8 *